AF658676

ഡ്രീമർ

dreamer

novel

•

josi joseph

•

first edition
september 2017

•

typesetting
sreebhadra, thiruvananthapuram

•

published
chintha publishers, thiruvananthapuram

•

printed
akshara offset, thiruvananthapuram

•

cover
v c abhilash

വിതരണം

ദേശാഭിമാനി ബുക്ക് ഹൗസ്

H O തിരുവനന്തപുരം–695 035
phone: 0471-2303026, 6063026
www.chinthapublishers.com
chinthapublishers@gmail.com

ബ്രാഞ്ചുകൾ

ഹെഡ്ഡാഫീസ് ബ്രാഞ്ച് കുന്നുകുഴി • സ്റ്റാച്യു തിരുവനന്തപുരം • കെ എസ് ആർ ടി സി ബസ് സ്റ്റേഷൻ ആലപ്പുഴ • കെ എസ് ആർ ടി സി ബസ് സ്റ്റേഷൻ എറണാകുളം • മച്ചിങ്ങൽ ലെയ്ൻ തൃശൂർ • ഐ ജി റോഡ് കോഴിക്കോട് • മാവൂർ റോഡ് കോഴിക്കോട് • എൻ ജി ഒ യൂണിയൻ ബിൽഡിങ് കണ്ണൂർ • സെൻട്രൽ ബസ് ടെർമിനൽ കോംപ്ലക്സ് താവക്കര കണ്ണൂർ

CO - 2570 / 4415
ISBN - 978-93-86637-39-0

ഡ്രീമർ

(നോവൽ)

ജോസി ജോസഫ്

ചിന്ത പബ്ലിഷേഴ്സ്
തിരുവനന്തപുരം-695 035

ജോസി ജോസഫ്

1969 ൽ കണ്ണൂർ ജില്ലയിലെ കണിച്ചാറ്റിൽ ജനനം. ഫിലോസഫിയിലും ചരിത്രത്തിലും ബിരുദവും പൊളിറ്റിക്സിൽ ബിരുദാനന്തര ബിരുദം, ജേർണലിസത്തിൽ പോസ്റ്റ് ഗ്രാജുവേറ്റ് ഡിപ്ലോമ, കൗൺസലിങ്ങിൽ ഡിപ്ലോമ എന്നിവ നേടിയ ശേഷം 1996 ൽ *ദീപിക*യിൽ പത്രപ്രവർത്തനത്തിന് തുടക്കംകുറിച്ചു. ഇടയ്ക്ക് നാലുവർഷം *കേരള കൗമുദി*യിലും ജോലിചെയ്തു. ഇപ്പോൾ കണ്ണൂർ *ദീപിക*യിൽ സീനിയർ സബ് എഡിറ്റർ. സ്റ്റേറ്റ്സ്മാൻ ദേശീയ പത്രപ്രവർത്തന പുരസ്കാരം, കൈരളി അകം കഥാ പുരസ്കാരം തുടങ്ങിയ അംഗീകാരങ്ങൾ ലഭിച്ചിട്ടുണ്ട്.

ഭാര്യ : ഡോ. ദീപ
മക്കൾ : ദിയ, ദ്യുതി
കൃതികൾ : *ഹൈപ്പിന്റെ ലോകം* (കഥകൾ)
ദ് മാർക്കറ്റ് (നോവൽ)

പ്രസാധകക്കുറിപ്പ്

ഒരു സ്വപ്നാടകന്റെ ഭ്രമാത്മക ചിന്തകളാണ് *ഡ്രീമർ* എന്ന ഈ ലഘുകൃതിയുടെ ഉള്ളടക്കം. ഓർമ്മ വച്ചനാൾ മുതൽ സ്വപ്നങ്ങളുടെ കളിക്കൂട്ടുകാരനായ ജോസഫ് കോശിയുടെ കഥയാണ് ഇത്. സ്വപ്നങ്ങൾ കഥകളിലേക്കു പകർത്തിയ സ്വപ്നാടകൻ നാട്ടിലും വീട്ടിലും ഒറ്റപ്പെടുകയും ആക്രമിക്കപ്പെടുകയും ചെയ്യുന്നു. പിന്നെ പിന്നെ സ്വപ്നങ്ങളുടെ ഉറവ വറ്റി ജോസഫ് സാധാരണ നിലയിലേക്കെത്തുന്നു. ജീവിതത്തിന്റെ ലക്ഷ്യം, യുദ്ധം, ആയുധ മത്സരം, മതങ്ങളും മതവൈരങ്ങളും, സിദ്ധാന്തങ്ങളും പ്രഭാവവും മറുഭാഗത്ത് അവയുടെ നിഷ്ക്രിയത്വവുമെല്ലാം സ്വപ്നത്തിനു വിധേയമാകുന്നു. മാനവജീവിതത്തെയും സംസ്കൃതിയെയും സംബന്ധിച്ച് ഒരു പുനർചിന്തനത്തിന് ഈ പുസ്തകം പ്രേരിപ്പിക്കുന്നു എന്നതാണ് ഇതിന്റെ പ്രസക്തി.

ഈ ലഘു നോവൽ വായനാ ലോകത്തിനു മുമ്പിൽ ഞങ്ങൾ തുറന്നുവയ്ക്കുകയാണ്. വായിക്കുക.

ചിന്ത പബ്ലിഷേഴ്സ്

ഒന്ന്

എന്റെ സ്വപ്നങ്ങൾ ഭ്രാന്തും സംഭവിക്കാൻ ഒരു ശതമാനംപോലും സാദ്ധ്യതയില്ലാത്തവയുമെന്നായിരുന്നു ആത്മസുഹൃത്ത് രവി എന്ന രവീന്ദ്രന്റെ അഭിപ്രായം. ശരി എന്നു തോന്നുന്നത് അവൻ തുറന്നുപറയും. അതാണ് ഞാൻ അവനെ ഇഷ്ടപ്പെടാൻ കാരണം. ആശാൻകളരി മുതലുള്ള ഞങ്ങളുടെ സൗഹൃദം ഓരോ ദിവസവും വളർന്നു വളർന്ന് വലിയ തായ്ത്തടിയും ഊന്നു വേരുകളുമായി പടർന്നു പന്തലിച്ച ആൽമരം പോലെയായിട്ടുണ്ട്. ഇന്ന് ഞാൻ ഒരു സ്വകാര്യബാങ്കിലെ ഗുമസ്തനാണ്. അവൻ ഒരു പത്രപ്രവർത്തകനും.

ഓർമ്മവച്ചനാൾ മുതൽ സ്വപ്നങ്ങളുടെ കളിക്കൂട്ടുകാരനാണ് ഞാൻ. അവയോടൊപ്പം തുള്ളിക്കളിക്കാൻ എനിക്ക് വലിയ ഇഷ്ടമാണ്. കണ്ണടയ്ക്കേണ്ട താമസം വർണ്ണമയമാകും എന്റെ ലോകം. ഒരുപക്ഷേ, അതിനു മുമ്പും എനിക്ക് നിറക്കാഴ്ചയേകി അവ പൊതിഞ്ഞുണ്ടായിരുന്നിരിക്കാം. പക്ഷേ, അതൊന്നും ഞാൻ അറിയുന്നുണ്ടായിരുന്നില്ലല്ലോ.

അക്കാലത്ത് രാവിലെ കണ്ണും തിരുമ്മി അടുക്കളയിലേക്ക് ഒറ്റ ഓട്ടമാണ്. വള്ളിപുള്ളി വിടാതെ ചൂടോടെ സ്വപ്നങ്ങളെല്ലാം അമ്മയെ പറഞ്ഞുകേൾപ്പിക്കും. ആ സംഗതി കഴിഞ്ഞാലേ എനിക്ക് സമാധാനമാകൂ. ഉറക്കംവിടാത്ത കണ്ണുകളുമായി ചെന്ന് ചുറ്റിപ്പിടിക്കുമ്പോഴേക്കും കുനിഞ്ഞ് നെറുകയിൽ മുത്തം തന്ന് അമ്മ ചോദിക്കും.

“സ്വപ്നക്കാരാ, ഇന്നെന്താ കഥ?”

ചില ദിവസങ്ങളിൽ പിടിവിടാതെ ഒപ്പം നടന്ന് പറയും. ചിലപ്പോൾ കുരണ്ടിയിലിരുന്ന് കാൽമുട്ടിൽ കൈകൾ ചുറ്റിവച്ച് അതിൽ തലചായ്ച്ച് ആനയുടെയും കുറുക്കന്റെയും പാമ്പിന്റെയുമൊക്കെ കഥകൾ സാവധാനം വിവരിക്കും.

കഥയിൽ ചോദ്യമില്ലെങ്കിലും അമ്മ ഇടയ്ക്കിടെ ഓരോന്ന് ചോദി

ച്ചുകൊണ്ടിരിക്കും. അത് എനിക്ക് എന്തെന്നില്ലാത്ത സന്തോഷം പകർന്ന ഒന്നായിരുന്നു. ഒരുപക്ഷേ, ഞാൻ സ്വപ്നങ്ങളോടൊപ്പം വളരാനും അമ്പരിപ്പിക്കുന്നവ ചിലത് കാണാനും കാരണം അമ്മയുടെ ആ ചോദ്യ ങ്ങളാണെന്ന് എനിക്ക് പലപ്പോഴും തോന്നിയിട്ടുണ്ട്.

എന്റെ ചേച്ചി മോളമ്മ. അച്ചനും അമ്മയ്ക്കും ഞങ്ങൾ രണ്ടുമക്കൾ. എന്റെ കഥപറച്ചിൽ ആരംഭിച്ച് ഒന്നോ രണ്ടോ ആഴ്ചകൾക്കകം ചേച്ചിയും എന്റെ ശ്രോതാവായി.

ഗൗരവമേറിയതും വിചിത്രങ്ങളുമായവ ഇടയ്ക്കിടെ ഞാൻ കാണാൻ തുടങ്ങിയിരിക്കുന്നത്രേ! അമ്മയുടേതായിരുന്നു ഈ കണ്ടെത്തൽ. ഇക്കാര്യം അവരിൽ നിന്നറിഞ്ഞ് അച്ചനും ചില ദിവസങ്ങളിൽ അടുക്ക ളയിൽ രണ്ടാം ക്ലാസുകാരനായ എനിക്കായി കാത്തിരിക്കാൻ തുടങ്ങി.

തുമ്പിക്കൈ നിലത്തിഴയുന്ന ഒരു വമ്പൻ കൊമ്പനാനയെ നീർ ക്കോലി ഓടിച്ച് പിടിച്ച് വിഴുങ്ങുന്നു. ഭാരം താങ്ങാനാകാതെ നിരങ്ങി നീങ്ങുന്ന അത് രണ്ട് ചെറിയ കല്ലുകൾക്കിടയിൽ കുടുങ്ങുന്നു. അപ്പോൾ അതുവഴിവന്ന ഒരു ചുവപ്പു മനുഷ്യൻ അതിനെ തല്ലിക്കൊല്ലുന്നു. പാമ്പിന്റെ വയറുപൊട്ടി പുറത്തുവന്ന ആനയെ ആ മനുഷ്യൻ കൈ കൊണ്ട് നുള്ളിപ്പറിച്ച് ഒരു ചെറുകിണ്ണത്തിലിട്ട് കറിവയ്ക്കുന്നു. തിളച്ചു മറിഞ്ഞുകൊണ്ടിരിക്കെ അയാൾ അതെടുത്ത് അപ്പാടെ വായിലേക്ക് കമി ഴ്ത്തുന്നു. പിന്നെ ആനക്കൊമ്പുകൊണ്ട് പല്ലുകുത്തുന്നു.

"ഒന്നും തിരിയാത്ത എന്തൊക്കെ കാര്യങ്ങളാ നീയി കാണുന്നെ. നെനക്ക് പേടിയാവില്ലേ കുട്ടാ"

'നീർക്കോലിക്കഥ' കേട്ട് അമ്മ ഇങ്ങനെ ചോദിക്കുകയും തെല്ല് അതി ശയത്തോടെ കുറച്ചുനേരം ഇമവെട്ടാതെ എന്നെ നോക്കിനില്ക്കുകയും ചെയ്തു. താടിക്ക് കൈത്തൂൺ കൊടുത്തുള്ള ആ ചോദ്യവും അടുപ്പു പാതകത്തിൽ ചാരിയുള്ള നില്പ്പും ഇന്നും എന്റെ സ്വപ്നങ്ങളിലെ ന്നോണം വളരെ തെളിഞ്ഞ് കാണുന്നവയാണ്.

നീർക്കോലി ആനയെ തിന്ന കഥയാണത്രേ എന്റെ സ്വപ്നങ്ങളി ലേക്ക് അച്ചനെ ആകർഷിച്ചത്. ഈപ്പൻ മാമനോട് അച്ചൻ പറയുന്നത് ഞാൻ കേട്ടതാണ്.

അന്നൊരു ഞായറാഴ്ചയായിരുന്നു. മാമൻ വരുമ്പോൾ മെഴുകി മിനു ക്കിയ മുറ്റത്തിന്റെ ഇടത്തേ മൂലയിലെ കറ്റക്കൂനകളൊന്നിന്റെ മുകളിലാ യിരുന്നു ഞാൻ. കഥപറച്ചിൽ കഴിഞ്ഞ് അപ്പവും പാലും കഴിച്ച് അടുക്ക ളപ്പുറത്ത് കോഴികളുടെ പുറകേ വണ്ടിയോടിച്ചു കയറിയതാണ് മുൻ വശത്തെ 'കറ്റക്കുന്നി'നു മുകളിൽ. അവിടെ നിന്നാൽ താഴെയുള്ള കാര്യ ങ്ങളെല്ലാം വ്യക്തമായി കാണാം. ശാന്തമായ പുഴപോലെ താഴേക്കൊഴു കുകയാണ് പച്ചപുതച്ച വയൽ. ഇരുകരയിലും എട്ടുപത്തുമീറ്റർ ഏറക്കുറെ സമതലം. അവിടെ വാഴയും പയറും ചേമ്പും തെങ്ങുമൊക്കെ കായ്ച്ചും കായ്ക്കാനുമൊക്കെയായി നിറഞ്ഞുതഴച്ചു നില്ക്കുന്നു.

വയലിന്റെ തുടക്കം അച്ചന്റെ മൂത്ത ചേട്ടൻ കുഞ്ഞിന്റെ വീടിനു മുമ്പിൽ നിന്നാണ്. അതിന് ഇടതുകരയിൽ ഞങ്ങളുടെ വീട്. പത്തിരു പത് മീറ്റർ മാറിയാണ് മൂന്നാമൻ വർക്കിപ്പാപ്പന്റെ താമസം. വലത് നാലാ

മത്തെയാൾ വറീത്. പിന്നെ അഞ്ചാമൻ ജോർജുകുട്ടി പാപ്പൻ. എല്ലാ വീടുകളും മൂത്ത പേരപ്പന്റെ തറവാട് പറിച്ചുനട്ടതുപോലെയാണ്. എല്ലാവർക്കുമുണ്ട് ഒരേപോലത്തെ വിശാലമായ മുറ്റം. കാലിത്തൊഴുത്ത്, കോഴിക്കൂട് തുടങ്ങിയവ. എല്ലാം ഒരേ ഉയരത്തിൽ മണ്ണിടിച്ചിറക്കി വിശാലമായി പണിതവ. എല്ലാം വല്ലിച്ചാച്ചൻ തൊമ്മിയുടെ രൂപകല്പനയാണ്. എല്ലാവർക്കും സ്ഥലം വീതിച്ചതും കിറുകൃത്യം. ഓരോരുത്തർക്കും പത്തേക്കർ വീതം. ഒരു പാമ്പിനെ വളച്ചിട്ടപോലെ ഈ വീടുകളെ തമ്മിൽ ബന്ധിപ്പിച്ച് നടപ്പുവഴിയുമുണ്ട്. നഗരത്തിൽനിന്ന് ടാറിട്ട റോഡുണ്ട് ഞങ്ങളുടെ ടൗണിലേക്ക്. അത് പോകുന്നത് ജോർജുകുട്ടി പാപ്പന്റെ അതിരിനോട് ചേർന്നാണ്. അതിന്റെ തൊട്ടപ്പുറമാണ് രവീന്ദ്രന്റെ വീട്. അവിടെയിറങ്ങി പത്തു മിനിട്ടോളം നടന്നാൽ എന്റെ വീടെത്താം. വയലിലിറങ്ങിയാണ് വരവെങ്കിൽ അത്രയുംതന്നെ വേണ്ട.

കണ്ടത്തിലൂടെയുള്ള മാമന്റെ വരവ് മുകളിലുണ്ടായിരുന്നിട്ടും ഞാനറിഞ്ഞില്ല. അവസാനത്തെ വാഴനിരയും കഴിഞ്ഞ് വീട്ടിലേക്കുള്ള പടികൾ കയറിത്തുടങ്ങുമ്പോഴാണ് മാമന്റെ കഷണ്ടിത്തല എന്റെ ശ്രദ്ധയിൽപെടുന്നത്. ഞാൻ എടുത്തുചാടി ഓടി മുറ്റത്തിന്റെ വലത്തേ അറ്റത്തെത്തുമ്പോഴേക്കും മാമൻ മുറ്റത്തെത്താറായിരുന്നു.

"ജോസൂട്ടിയേയ്... എന്നാ പറയുന്നു. സുഖാണോ?"

എന്റെ നിക്കറിന്റെ ഊർന്നുപോയ വള്ളി കുനിഞ്ഞ് നേരെയിട്ട് എന്നെ തോളോടുചേർത്ത് ഒറ്റക്കൈകൊണ്ട് വട്ടംപിടിച്ചുയർത്തി മാമൻ ചോദിച്ചു.

"സുഖാ..."

മാമൻ സമ്മാനിച്ച കടലാസ് പൊതിയിലെന്താണെന്ന് അറിയാനുള്ള ആകാംക്ഷയോടെ അത് നുള്ളിപ്പൊളിച്ചുകൊണ്ട് തലയുയർത്താതെ ഞാൻ പറഞ്ഞു.

"ഉം...മ്മ." കവിളിൽ അമർത്തിക്കിട്ടിയ മുത്തം എന്നെ ശ്വാസംമുട്ടിച്ചു.

"പിന്നേയ്... നീ വലിയ സ്വപ്നക്കാരനാണെന്നു കേട്ടല്ലോ. ഇന്നലെ എന്താ കണ്ടേ?"

"അതുപിന്നെ...."

പൊതി തുളച്ചെടുത്ത ഓറഞ്ച് പൊളിക്കാനുള്ള ശ്രമത്തിലായിരുന്ന ഞാൻ മറുപടി പറയാൻ തുടങ്ങിയപ്പോഴേക്കും സംസാരം കേട്ട് അച്ചൻ തിണ്ണയിലെത്തിയിരുന്നു. പിന്നെ കൈപിടിച്ച് ഉച്ചത്തിൽ സംസാരിച്ചുകൊണ്ട് ഇരുവരും ഉള്ളിലേക്കുപോയി. ഞാൻ ഓറഞ്ചുതീറ്റയിലും മുഴുകി.

"ചെറുക്കനിപ്പം ഇതൊക്കെയാ കാണുന്നെ. എല്ലാം കൃത്യമായി ഓർത്തിരിക്കുന്നുമുണ്ട്."

അടുത്ത ഓറഞ്ച് എടുത്ത് അതിന്റെ ഭംഗി നോക്കുന്ന സമയത്താണ് അച്ചന്റെ വാക്കുകൾ ശ്രദ്ധിക്കാനിടയായത്.

"നീർക്കോലിക്കഥയൊക്കെ വിശ്വസിക്കാനേ പറ്റുന്നില്ല. മിടുക്കനാകും. നോക്കിക്കോ" ഈപ്പൻ മാമനാണ്.

"ഒക്കെ കേക്കുമ്പോ അത്ഭുതാ. എന്തൊക്കെയാകുന്ന് ആർക്കറിയാം?" അച്ചന്റെ ദീർഘനിശ്വാസം കൂടുതൽ ഉയർന്നു.

എന്റെ സ്വപ്നങ്ങൾ അസാധാരണവും ഏറെ പ്രത്യേകതകളുമുള്ളതാണത്രേ! ഇക്കാര്യം രവിയും എന്നോട് പലകുറി പറഞ്ഞിട്ടുണ്ട്.

സ്വപ്നങ്ങൾ മുഴുവനായും ആർക്കും ഓർത്തിരിക്കാൻ കഴിയില്ല പോലും. മാത്രമല്ല, ഓരോരുത്തരും കാണുകയും കേൾക്കുകയും അനുഭവിക്കുകയും ചെയ്യുന്ന കാര്യങ്ങളുമായി ബന്ധപ്പെട്ടായിരിക്കും അവ ചിറകുവിരിക്കുകയത്രേ. അവൻ എവിടെയോ വായിച്ചതാണ്. എന്നാൽ എന്റെ കാര്യത്തിൽ ഇത് തെറ്റാണ് എന്ന് എനിക്കും അവനും തോന്നിയിട്ടുണ്ട്. എന്റെ പ്രായത്തേക്കാൾ ഏറെ മൂപ്പുള്ളവയാണ് ഞാൻ കാണുന്നവയെന്ന് ഇന്നും അവന് അഭിപ്രായമുണ്ട്. എങ്കിലും ഓരോന്നും തലയാട്ടി കേട്ടശേഷം 'തനിപ്രാന്ത്' എന്ന് പിറുപിറുക്കാനും കളിയാക്കാനും അവന് ഒരു മടുപ്പുമുണ്ടായിട്ടില്ല. എന്നിട്ടും അവനെ മറച്ച് എനിക്ക് ഒരു 'ഉറക്കവ്യാപാര'ങ്ങളുമില്ല.

എന്നിൽ കൗമാരചിന്തകൾ പൊടിഞ്ഞു കിളിർത്തു തുടങ്ങിയ കാലത്തെ ഒരു സ്വപ്നമാണ് വീട്ടിലെ എന്റെ ആരാധകരുടെ മുമ്പിൽ അറിഞ്ഞുകൊണ്ട് ഞാൻ മറച്ചുവച്ചവയിൽ ആദ്യത്തേത്.

വാലിൽ പാണ്ടുള്ള വെളുത്ത ഒരു ഭീമൻ നായ മുല്ലപ്പൂകൊണ്ട് അലങ്കരിച്ച ഒരു സ്വർണ്ണക്കട്ടിലിൽ മലർന്നുകിടന്ന് മുഷ്ടി മൈഥുനം നടത്തുന്നു. ഇതു മണത്തറിഞ്ഞ കുറേ കറുത്ത കോഴികൾ മലർക്കെ തുറന്നുകിടന്നിരുന്ന വാതിലിലൂടെ ഓടിയെത്തി ശുക്ലശ്രവം കൊത്തിക്കുടിച്ച് കട്ടിലിനടിയിൽ മുട്ടയിട്ട് തിരക്കിട്ട് തിരികെ പോകുന്നു. ഉറക്കം നടിച്ചുകിടന്ന നായ ഉടൻ എഴുന്നേറ്റ് മുട്ടകൾ ഒന്നൊന്നായി അകത്താക്കുന്നു. ഒന്നുരണ്ടു നിമിഷങ്ങൾക്കുശേഷം നായ കുറേ കോഴിക്കുഞ്ഞുങ്ങളെ പ്രസവിക്കുന്നു. ഉടനെതന്നെ അവയെ എടുത്ത് തൊട്ടിലിലിട്ട് ആട്ടി. ഉറക്കമായപ്പോൾ എടുത്ത് അടുക്കളയിലെ ഒരു ചുളുങ്ങിയ മൺപാത്രത്തിലിട്ട് വറുത്ത് തീൻമേശയിൽ കാത്തിരുന്ന നാലുകൈകളും രണ്ടു തലകളുമുള്ള ചിത്രകഥകളോടൊപ്പം കണ്ടിട്ടുള്ള ആകാശജീവിയായ ഒരു കുഞ്ഞുമനുഷ്യന് നല്കുന്നു.

ഈ സ്വപ്നമെങ്ങനെ അമ്മയുടെ മുമ്പിൽ അവതരിപ്പിക്കും എന്ന ചിന്ത എന്നെ വല്ലാതെ അലട്ടിയ ദിവസമായിരുന്നു അത്. അതുകൊണ്ടു തന്നെ പതിവുപോലെ ഉണർന്നിട്ടും കുറേനേരം വെറുതെ കിടന്നു.

സ്വപ്നങ്ങളിൽനിന്ന് എന്നെ ഇതേവരെ ആരും തട്ടിയുണർത്തിയിട്ടില്ല. കൃത്യസമയത്തുതന്നെ ഞാൻ 'സ്വപ്നാടനം' കഴിഞ്ഞ് എഴുന്നേല്ക്കും. കഥകൾ പറഞ്ഞുകേൾപ്പിക്കുകയും ഗൃഹപാഠങ്ങൾ ചെയ്യുകയും പഠിക്കുകയും കൃത്യസമയത്തുതന്നെ സ്കൂളിൽ പോകുകയും ചെയ്യും. പക്ഷേ, എനിക്ക് മുന്നറിയിപ്പ് നല്കാൻ അന്നാദ്യമായി അമ്മയെത്തി.

"സ്വപ്നം കണ്ടതൊക്കെ മതി. എഴുന്നേല്ക്ക്."

എന്നുറക്കെ പറഞ്ഞുകൊണ്ടായിരുന്നു എന്റെ മുറിയിലേക്കുള്ള വരവ്. ഞാൻ ഉണർന്നുകിടക്കുന്നതുകണ്ട് അമ്മ തുടർന്നു.

"നിനക്ക് സ്കൂളിലൊന്നും പോകണ്ടേ. ഈശോയെ, ഇന്നു സമയം പോയതുതന്നെ." അപ്പോഴാണ് ഞാൻ ശരിക്കും ഉണർന്നത്. എന്നിട്ടും

കാര്യമുണ്ടായില്ല. താമസിച്ചതിന് ക്ലാസിന് പുറത്തുനില്ക്കേണ്ടിവന്നു.

അശ്ലീലമെന്ന് വിധി എഴുതപ്പെട്ടേക്കാമായിരുന്ന അത്തരത്തിലൊന്ന് ആദ്യമായാണ് ഞാൻ കാണുന്നതും രവിയോട് പറയുന്നതും. അതുകൊണ്ടുതന്നെ കുറച്ചേറെ സങ്കോചവും എനിക്കുണ്ടായിരുന്നു. അവന് പക്ഷേ, അതൊന്നും പ്രശ്നമല്ലെന്ന രീതിയിൽ പ്രോത്സാഹിപ്പിച്ചു.

"ടാ ഏതായാലും ആകാശം ഇടിഞ്ഞുവീഴുന്ന കാര്യമൊന്നുമല്ലാലോ നീ പറ."

"ന്നാലും.... പക്ഷേ, ഇതിപ്പോ ശര്യാവോന്നറിയില്ല." ഞാൻ പറഞ്ഞു.

"ഒക്കെ ശെര്യാവും. എത്ര വന്നാലും തമ്മിലടിച്ചു ചത്തുകിടക്കുന്ന മതക്കോലങ്ങൾക്കു ചുറ്റും തുള്ളിക്കളിക്കുന്ന ചെകുത്താന്മാരുടെയും മാലാഖമാരുടെയും അത്ര വരില്ലല്ലോ."

പാണ്ടൻനായ കഥാപാത്രമാകുന്നതിന് രണ്ടാഴ്ചമുമ്പ് എന്നെയും അവനെയും ഏറെ അസ്വസ്ഥമാക്കിയ സ്വപ്നങ്ങളിലൊന്നായിരുന്നു അത്.

അവന്റെ വാക്കുകളും എനിക്ക് വേണ്ടത്ര ഊർജ്ജം പകരുന്നതായിരുന്നില്ല. എങ്കിലും പതിഞ്ഞ ശബ്ദത്തിൽ ഞാൻ പറഞ്ഞുതുടങ്ങി.

"വെളുത്ത ഒരു പാണ്ടൻ നായ സ്വർണ്ണക്കട്ടിലിൽ മലർന്നുകിടന്ന്..." രണ്ടോ മൂന്നോ ശ്വാസം അത്രതന്നെ. അതിനിടെ ഞാൻ കാര്യം പറഞ്ഞു തീർത്തു. തീരുംവരെ എന്റെ ഹൃദയം പടപടാന്ന് തള്ളി ഇടിക്കുന്നത് എനിക്ക് കേൾക്കുകയും കാണുകയും ചെയ്യാമായിരുന്നു. എന്റെ ഈ വെപ്രാളത്തിനിടയിലും എന്നേക്കാൾ ഒരു വയസ്സുമൂപ്പുള്ള അവന്റെ ഭാവമാറ്റം വളരെ പ്രകടമായി എനിക്ക് കാണാമായിരുന്നു. അതെന്നെ തെല്ല് അതിശയിപ്പിക്കുകയും ചെയ്യാതിരുന്നില്ല.

മൂന്നാം തരത്തിന്റെ അവധിക്കാലം തീരുന്നതുവരെ മാത്രമേ എന്റെ 'കലാപരിപാടി' എല്ലാ ദിവസവും അരങ്ങേറിയിരുന്നുള്ളൂ. പഠനത്തിന്റെ തിരക്കായതോടെ പത്താം ക്ലാസുകാരി ചേച്ചി അടുക്കളയിലേക്ക് എന്നും എത്തുന്ന കാര്യത്തിൽ അലംഭാവം കാട്ടിത്തുടങ്ങിയിരുന്നു.

ഏകദേശം ആ ദിവസങ്ങളിൽതന്നെയായിരുന്നു അച്ഛനും അമ്മയും തമ്മിൽ മുട്ടൻ വഴക്ക് നടന്നത്. കാര്യം എന്തായിരുന്നെന്ന് എനിക്കിന്നും വ്യക്തമല്ലെങ്കിലും "വെറുതെ എന്തിനാ വിളിക്കുന്നെ," "നിനക്കിഷ്ടമല്ലെങ്കിൽ വീണ്ടും വിളിക്കുമോ?", "കുന്ത്രാണ്ടം ഞാൻ തല്ലിപ്പൊട്ടിച്ചുകളയും" എന്നൊക്കെ അവ്യക്തമായി അകത്തെ മുറിയിൽനിന്നും അച്ഛന്റെ സ്വരം ഉയർന്നു കേട്ടിരുന്നു. അതിനുശേഷം അടുക്കളയിലേക്കുള്ള അച്ഛന്റെ വരവ് പൂർണ്ണമായും നിലച്ചു. പിന്നെ തുടക്കത്തിലേതുപോലെ അമ്മ മാത്രമായി എന്റെ കേൾവിക്കാരി. എങ്കിലും ഞായറാഴ്ചകളിലും അവധി ദിവസങ്ങളിലും എന്നെ നേരിൽ കിട്ടുമ്പോൾ പുത്തൻ കഥകളെപ്പറ്റി ചോദിക്കാനും കേൾക്കാനും അച്ഛൻ താല്പര്യം കാട്ടി. പിണക്കത്തിന് അവധി നല്കി അമ്മയും കഥ കേൾക്കാൻ എത്തും. രണ്ടുപേരും ഒന്നിച്ച് ചിരിക്കുന്നത് മറ്റു ദിവസങ്ങളിൽ അപൂർവ്വമായി മാത്രം കാണാറുള്ള ഞാൻ അന്ന് അവരുടെ സന്തോഷം ഏറെ ആസ്വദിക്കും. സംഗതി പൊലിപ്പിച്ച് സമയം നീട്ടാനും അവരെ തമ്മിൽ കൂടുതൽ അടുപ്പിക്കാൻ

ചില കാര്യങ്ങൾ ഏച്ചുകെട്ടിയും പലപ്പോഴും അവതരിപ്പിച്ചിട്ടുണ്ട്.

കൊമ്പൻപല്ലി ടീച്ചർ എന്റെ നേരെ കണ്ണുരുട്ടുന്നതും ഞാനും രവിയും ചേർന്ന് അവരുടെ കണ്ണുകുത്തിപ്പൊട്ടിക്കുന്നതും രവിക്ക് നന്നായി ബോധിച്ചു. വാക്കിലും നോക്കിലും പ്രവൃത്തിയിലും സദാസമയവും ദേഷ്യം മാത്രം വർഷിച്ചുനടക്കുന്ന അവരെ അവന് ഒട്ടും ഇഷ്ടമല്ലായിരുന്നു. ആശാരി സുരേഷിന്റെ വായിൽനിന്ന് ചാടിപ്പോയ പഞ്ചാര മിഠായി ആരും കാണാതെ ഞാൻ എടുത്തു തിന്നുന്നതും ഉടൻതന്നെ എന്റെ വായിൽ തേൾ കുഞ്ഞുങ്ങൾ നിറയുന്നതുമൊക്കെ വളരെ ആസ്വദിച്ച് അവൻ കേട്ടിരിക്കുന്നതു കണ്ടിരിക്കാൻ തന്നെ നല്ല രസമാണ്.

ഇന്നും എന്റെ സ്വപ്നങ്ങൾക്ക് കുറവില്ല. ഞാൻ കണ്ണടയ്ക്കുന്നത് സ്വപ്നത്തിലേക്കും തുറക്കുന്നത് സ്വപ്നത്തിൽ നിന്നുമാണ്. അവയുടെ വിചിത്ര സ്വഭാവത്തിന് ഇന്നു മാറ്റം വന്നിട്ടില്ല. അവയെക്കുറിച്ച് ഒരു പുസ്തകം എഴുതിയാലോ എന്ന് രവിയാണ് എന്നോട് അഭിപ്രായം ആരാഞ്ഞത്. പക്ഷേ, ഞാൻ നിരുത്സാഹപ്പെടുത്തി.

"എന്നാ ഒരു കഥയായാലോ സ്വപ്നക്കാരാ. ഞാനൊന്നു നോക്കട്ടെ. എന്റെ പത്രത്തിൽ പ്രസിദ്ധീകരിക്കാം." അവൻ പറഞ്ഞു.

"അതുമതി. നാട്ടുകാരോട് വലിയ പാതകംചെയ്യുന്നത് അവരുടെയൊക്കെ മനസ്സറിഞ്ഞിട്ടാവുന്നതാ ബുദ്ധി." ഞാൻ നർമ്മം കലർത്തി എന്റെ അഭിപ്രായം പറഞ്ഞു.

അവനും അത് ശരിയാണെന്നു തോന്നിയിരിക്കണം. അങ്ങനെയാണ് ഞാൻ കഥ തയ്യാറാക്കിത്തുടങ്ങിയത്.

ഇപ്പോൾ മിക്കവാറും ഫോണിലൂടെയാണ് അവൻ കാര്യങ്ങൾ തിരക്കുന്നതും കഥ കേൾക്കുന്നതും. അപൂർവ്വമായ ചിലവ നേരിട്ടുതന്നെ പറയണം എന്നെനിക്ക് നിർബ്ബന്ധമുണ്ട്. അവൻ അതിന് എതിർപ്പ് പറയാറുമില്ല. അത്തരം ദിവസങ്ങളിൽ എപ്പോഴെങ്കിലും എവിടെവച്ചെങ്കിലും ഞങ്ങൾ കണ്ടിരിക്കും. ചേച്ചിയുടെ കാര്യത്തിലും ഫോൺ തന്നെ ശരണം. അവർ ഇപ്പോൾ ഭർതൃവീട്ടിലാണ്. സിവിൽ സർവ്വീസ് പ്രധാന പരീക്ഷ കഴിഞ്ഞ് ഫലം കാത്തിരിക്കുകയാണ്. പഠനത്തിരക്കുകൾക്കിടയിലും ആഴ്ചയിൽ ഒരിക്കലെങ്കിലും എന്റെ കഥ കേൾക്കാൻവേണ്ടി മാത്രം അവരുടെ ഫോൺ എത്തും.

രാവിലെ ഉറക്കംവിട്ട ഉടനെയാണ് രവീന്ദ്രനെ സാധാരണ ഞാൻ വിളിക്കാറ്. അപൂർവ്വമായി സന്ധ്യകഴിഞ്ഞ് ഓഫീസിൽനിന്ന് എത്തിയ ഉടനെയും 'കഥപറച്ചിൽ' നടക്കാറുണ്ട്. അതിന് എന്തെങ്കിലും കാരണവശാൽ കഴിഞ്ഞില്ലെങ്കിൽ അവന്റെ വിളി എത്തിയിരിക്കും.

എന്റെ കഥകൾ കേൾക്കാൻ മനസ്സുകാട്ടുന്ന അവന് എന്നും നന്മ മാത്രം സംഭവിക്കട്ടെ എന്ന പ്രാർത്ഥനയോടെയാകും മിക്ക ദിവസങ്ങളിലും ഞാൻ കട്ടിലിലേക്കു ചായുക. ഇന്നും അതിന് മാറ്റമുണ്ടായിട്ടില്ല. ഞാൻ സ്വപ്നലോകത്തേക്ക് ഊർന്നിറങ്ങി.

രണ്ട്

കുറേ നേരമായി നാലുതലയുള്ള, സിനിമയിൽ മാത്രം കണ്ടിട്ടുള്ള അനാക്കോണ്ടയേക്കാൾ വലിയൊരു പാമ്പ് എന്നെ ഓടിക്കുകയായിരുന്നു. കുറ്റിക്കാടുകൾക്കും ചെറുപുഴകൾക്കും തടാകങ്ങൾക്കും മുകളിലൂടെ തരം കിട്ടുമ്പോഴൊക്കെ തിരിഞ്ഞുനോക്കിക്കൊണ്ട് ഇടയ്ക്ക് ഉയർന്നു പറന്നു. പേടിച്ചുവിറച്ച് ഓടിയും പറന്നും ആകമാനം വിയർത്തുകുളിച്ച എനിക്കു മുമ്പിൽ കുട്ടിയാനയുടെ വലുപ്പമുള്ള കറുത്ത ഒരു മൊബൈൽ ഫോൺ പ്രത്യക്ഷപ്പെട്ടു. ഞാൻ ഒറ്റച്ചാട്ടത്തിന് അതിനുള്ളിലേയ്ക്ക് കയറി. എന്നിട്ട് പുല്ലുകൾക്കിടയിൽ ഭയന്ന് മറഞ്ഞിരിക്കുന്ന മുയൽകുഞ്ഞിനെപ്പോലെ ചെവിയോർത്തിരുന്നു. എന്റെ ചങ്കിടിപ്പും അണപ്പും എന്നെ തീർത്തും ബധിരനും ചെകിടനുമാക്കിയതുപോലെയായിരുന്നു എന്റെ അവസ്ഥ. പെട്ടെന്ന് ഒരു കൊടുങ്കാറ്റ് പാഞ്ഞുപോയി. അങ്ങനെ ഞാൻ അറിയാതെ എന്നിൽ നിന്ന് ഒരാശ്വാസസ്വരം പുറപ്പെട്ടു.

അമ്മേ രക്ഷപ്പെട്ടു!,

പക്ഷേ, അത് അധികം നീണ്ടില്ല. ഒരു കുഴൽക്കിണറിലെന്നപോലെ ഒരു നാളത്തിലൂടെ ഞാൻ താഴേക്ക് പൊയ്ക്കൊണ്ടിരിക്കുകയാണല്ലോ എന്ന തിരിച്ചറിവ് വീണ്ടും എന്നെ പഴയ സ്ഥിതിയിലെത്തിച്ചു. ഞാൻ കണ്ണുപൂട്ടി. കാതുകൾ ഇരുകൈകൾകൊണ്ടും അമർത്തിയടച്ചു. ദൈവമേ എന്നെ രക്ഷിക്കണമേ! എന്ന് ഉറക്കെ വിലപിച്ചുകൊണ്ടിരുന്നു. ഏതാനും നിമിഷങ്ങൾ കഴിഞ്ഞ് ഒളികണ്ണിട്ടു നോക്കാതിരിക്കാൻ എനിക്കായില്ല. ഞാൻ കണ്ട കാഴ്ച എന്നെ തളർത്തി. നീന്തൽ വശമില്ലാതിരുന്ന ഞാൻ പരന്നു കറുപ്പേറിയ ജലാശയത്തിലേക്ക് പതിക്കാൻ പോകുന്നു. ഇത് എന്റെ ആധി കുതിച്ചുയർത്തി. നിലയില്ലാക്കയത്തിൽ വീണ എനിക്ക് കൈകാലുകൾ ഇളക്കാൻപോലും സാവകാശം ലഭിച്ചില്ല. അതിനു മുമ്പേ

കുത്തിത്താഴ്ന്ന് ആഴത്തിലേക്ക് പൊയ്ക്കൊണ്ടിരുന്നു.

എനിക്ക് ശ്വാസംമുട്ടി. പിന്നെ മൂക്കിലൂടെയും വായിലൂടെയും വെള്ളം ഉള്ളിലേക്ക് ഇരച്ചുകയറി. മുന്നിൽ ഇരുട്ട്. പെടുന്നനെ എടുത്തെറിയുന്നതുപോലെ ഞാൻ മുകളിലേക്കുയർന്നു. കണ്ണുകൾ മലർക്കെ തുറന്ന് ദീർഘശ്വാസമെടുത്തതോടെ എന്റെ ചെവികൾ തുറന്നു. ഒരു മൊബൈൽ ഫോണിന്റെ ശബ്ദത്തിലേക്ക് ഞാൻ ഉണർന്നു. ഉന്തി ഇടിച്ചുകൊണ്ടിരുന്ന എന്റെ ഹൃദയത്തെ അവഗണിച്ച് കൈ നീട്ടി മേശപ്പുറത്തുനിന്ന് ഞാൻ ഫോണെടുത്തു. മറുതലയ്ക്കൽ രവീന്ദ്രന്റെ ശബ്ദം.

"ടാ ഇടിക്കാനത്തുള്ള ഡാം പൊട്ടി. നിന്റെ സ്വപ്നോം കഥേം സത്യമായി. നീ ടി വി ഓണാക്ക്. അഞ്ഞൂറോളം പേർ മരിച്ചുകഴിഞ്ഞു. നൂറുകണക്കിനുപേരേയാ ആശുപത്രീലേക്ക് കൊണ്ടോയ്ക്കൊണ്ടിരിക്കുന്നത്. ശരി, ഞാൻ വിളിക്കാം."

എനിക്ക് എന്തെങ്കിലും തിരിച്ചു പറയാൻ കഴിയുന്നതിനുമുമ്പേ ഫോൺ കട്ടായി. അവന്റെ ആ പ്രവൃത്തി എന്നെ അസ്വസ്ഥനാക്കി. മുമ്പ് ഒരിക്കലും ഇങ്ങനെ സംഭവിച്ചിട്ടില്ല. ആവശ്യത്തിന് സംസാരിച്ച് ഉഭയസമ്മത പ്രകാരമേ ഞങ്ങൾ ഫോൺ സംഭാഷണം അവസാനിപ്പിക്കാറുള്ളൂ. അപ്പോഴാണ് അവൻ ഒരു ജേർണലിസ്റ്റാണെന്നും അവന് ഏറ്റവും കൂടുതൽ ജോലിയുള്ള ദിവസമാണല്ലോ അന്ന് എന്നുമുള്ള തിരിച്ചറിവുണ്ടായത്. അവൻ അറിയിച്ച ദുരന്ത വാർത്തയെക്കുറിച്ച് ആകുലപ്പെടാതെ നിസ്സാരകാര്യത്തെക്കുറിച്ച് ചിന്തിച്ച് വ്യാകുലചിന്തനായതിനെപ്പറ്റി എനിക്ക് ജാള്യത തോന്നി.

പ്രസിദ്ധീകരിച്ചുവന്ന അന്നുതന്നെ എന്റെ കഥ ചർച്ചാവിഷയമായിരുന്നു. ആരൊക്കെയോ ചില പത്രക്കാരും ടി വിക്കാരും ഫോണിൽ ബന്ധപ്പെടുകയും ചെയ്തിരുന്നു. ഉള്ളത് ഞാൻ പറഞ്ഞു.

കടൽ പോലെ തിരകളിളകുന്ന തടാകംപോലെ വിശാലമായ ഒരു ജലാശയം. അതിനെ മുറിച്ച് നോക്കെത്താ ഉയരത്തിലും നീളത്തിലും ഒരു ഭീമാകാരൻ അണക്കെട്ട്. വെള്ളത്തള്ളലിൽ അത് ആസ്ത്മ രോഗിയുടെ നെഞ്ചുപോലെ പുറത്തേക്ക് ഉന്തിയും ഉള്ളിലേക്ക് വലിഞ്ഞും കൊണ്ടിരിക്കുന്നു. അതിൽനിന്ന് ചോർന്നുകൊണ്ടിരുന്ന വെള്ളം കൈക്കുമ്പിളിലാക്കി കിടക്കുന്നവരേയും ആളുന്ന വിറകടുപ്പിൽ കഞ്ഞിവച്ചുകൊണ്ടിരിക്കുന്ന പട്ടിണിക്കോലങ്ങളേയുംകൊണ്ട് അവിടെമാകെ നിറഞ്ഞിരുന്നു. അപ്പോൾ നോട്ടുമാലകൾകൊണ്ട് അലങ്കരിച്ച ആനപ്പുറത്തെത്തി കറുത്ത ചില മനുഷ്യരൂപങ്ങൾ കൈവെള്ളയിലൊതുങ്ങുന്ന പ്ലാസ്റ്റിക് കൂടുകളിൽ ഉപ്പും മുളകും അവർക്ക് നല്കി മറയുന്നു.

"അരുതേ!" എന്ന് ചിലർ കരയിൽനിന്ന് അലറിക്കൊണ്ടിരിക്കെ അണക്കെട്ട് അതിഭയാനകമായ ശബ്ദത്തോടെ പൊട്ടുന്നു. തൊട്ടടുത്ത മലകളോളം ഉയരത്തിൽ വെള്ളം അതിശക്തിയായി ഉയർന്ന് അവയേയും കരകളിലെ വീടുകളും ചേർന്നുള്ള കാടുകളും വിഴുങ്ങിക്കൊണ്ട് മുന്നോട്ടു പായുന്നു. ഇതായിരുന്നു ആ സ്വപ്നം.

ലോകത്തിൽ ഇതേവരെ ഉണ്ടായിട്ടുള്ള ഡാം ദുരന്തങ്ങളെക്കുറിച്ച് പോയവർഷം എപ്പോഴോ വായിച്ചിരുന്നു. ഏതോ ഒരു അണക്കെട്ടു പൊട്ടി ഏതാനുംപേർ മരിച്ച ദുരന്തത്തോടനുബന്ധിച്ച് പ്രസിദ്ധീകരിച്ചതായിരുന്നു അത്. രണ്ടരലക്ഷത്തോളം പേർ അതിദാരുണമായി മരിച്ച ചൈനയിലെ ബാൻക്യിയോ ഡാം ദുരന്തത്തെക്കുറിച്ച് എഴുതിയ ഒരു പുസ്തകത്തിലെ വിവരണങ്ങൾ കുറച്ചുദിവസത്തേക്ക് എന്നെ ശ്വാസംമുട്ടിച്ച ഒന്നാണ്.

ജോർജിയയിലെ കെല്ലി ബാൺസ്, പാകിസ്ഥാനിലെ ഷാക്കിഡോർ, ഇന്ത്യയിലെ മാച്ചു, അമേരിക്കയിലെ വിവിധ ഡാമുകൾ തുടങ്ങി നൂറുകണക്കിന് ചെറുതും വലുതുമായ അണകളിലൂടെ ദുരന്തങ്ങൾ പൊട്ടിയിറങ്ങി ഗ്രാമങ്ങൾതന്നെ ഇല്ലാതായ കഥകൾ കുറച്ചൊന്നുമല്ല എന്നെ വേട്ടയാടിയത്. ദുരന്തത്തിൽപെട്ട് വെള്ളം കുടിച്ചും ചതരഞ്ഞരഞ്ഞും മരിച്ചവരുടെ ചിത്രങ്ങൾ എന്റെ സ്വപ്നങ്ങളിൽ പലദിവസങ്ങളിൽ നിറഞ്ഞുനിന്നിട്ടുണ്ട്. വെള്ളം കുടിച്ചു വെപ്രാളപ്പെടുന്ന മാലാഖക്കുഞ്ഞുങ്ങളെ തള്ള മാലാഖകൾ എത്തുന്നതിനുമുമ്പേ ഓടിവന്ന് വാരിയെടുത്ത് കരയുന്ന അമ്മച്ചെകുത്താന്മാർ എന്നെ ഒട്ടൊന്നുമല്ല ചിന്തിപ്പിച്ചിട്ടുള്ളത്.

അപകടാവസ്ഥയിലുള്ള അണക്കെട്ടിനെ പ്രതി സമരരംഗത്തുവന്ന് പല വിധത്തിലുള്ള പീഡനങ്ങൾ അനുഭവിക്കേണ്ടിവന്ന ചില ജനപ്രതിനിധികളുടെയും സാമൂഹ്യപ്രവർത്തകരുടെയും സഹനസമരത്തെ വരച്ചുകാട്ടാനുള്ള ഊർജ്ജമാണ് എനിക്ക് സ്വപ്നങ്ങൾ നല്കിയത്.

അണക്കെട്ടു തകരും എന്നറിയാമായിരുന്നിട്ടും പ്രശ്നപരിഹാരം കാണാനോ സുരക്ഷാ മുൻകരുതലുകൾ എടുക്കാനോ സർക്കാരോ ബന്ധപ്പെട്ടവരോ മെനക്കെട്ടില്ല. സമരക്കാരെ പാഠംപഠിപ്പിക്കുക എന്ന ഒറ്റ ലക്ഷ്യം മാത്രമായിരുന്നു കച്ചവടക്കണ്ണുമായി നടന്നിരുന്നവർക്ക്. പക്ഷേ, അതിനിരയായവർ സമരക്കാർ മാത്രമല്ല; സർക്കാരിന്റെ വാക്കുകളിൽ ഉറച്ചുവിശ്വസിച്ച് അണക്കെട്ടിനു താഴെ മീൻപിടിച്ചതും കൃഷി ചെയ്തും ഉപജീവനം കഴിച്ചിരുന്ന നൂറുകണക്കിനു പേരുമാണ്. അതായിരുന്നു എന്റെ കഥയുടെ സാരാംശം.

മുഖംപോലും കഴുകാതെ ടി വി തുറക്കാൻ താഴെ സ്വീകരണമുറിയിലേക്കെത്തിയ ഞാൻ കണ്ടത് ദുരന്തദൃശ്യങ്ങൾ വീക്ഷിച്ചുകൊണ്ടിരിക്കുന്ന അമ്മയെ ആണ്.

“വേണ്ടാത്ത സ്വപ്നങ്ങളെല്ലാം കഥകളാക്കീട്ട് കണ്ടില്ലേ ഇപ്പോ.....”

ഇത്രയും പറഞ്ഞ് അമ്മ വീണ്ടും ടി വിയിൽ മുഴുകി. എനിക്ക് അവ കാണേണ്ട ആവശ്യമേ ഉണ്ടായിരുന്നില്ലെന്നു തോന്നി. കാരണം സ്വപ്നത്തിൽ ദൃശ്യങ്ങൾ ടി വിയിലേതിനേക്കാൾ വ്യക്തവും ഏറെ സമാനവുമായിരുന്നു. എന്റ കഥയിൽ അത് ഇങ്ങനെ വായിക്കാം:

“അന്ന് അച്ഛൻ പണിക്കു പോകാത്തതുകൊണ്ട് ചാത്തുവിന് വലിയ ഉത്സാഹമായിരുന്നു. ഭാസ്കരന്റെ അടുത്തുനിന്ന് മാറാൻ അവൻ കൂട്ടാക്കിയേ ഇല്ല. എലിക്കെണി ഉണ്ടാക്കിക്കൊണ്ടിരുന്ന അയാളുടെ തൊട്ടടുത്തിരുന്ന് നഴ്സറിക്കാരനായ അവൻ അച്ഛന്റെ കരവേലകൾ ശ്രദ്ധിച്ചു

കൊണ്ടിരുന്നു. ഇടയ്ക്ക് മൂത്രശങ്കയകറ്റാൻ അയാൾ മരത്തിനു മറഞ്ഞപ്പോഴും ചാത്തു കൂടെപ്പോയി. ഇതുകണ്ട് വീടിന്റെ കോലായിരുന്ന അവന്റെ അമ്മ വിളിച്ചു പറഞ്ഞു "ചാത്തുക്കുട്ടാ, കക്കൂസിൽ പോകാനെങ്കിലും അച്ഛനെ സമ്മതിക്ക്." എന്നിട്ടും ചാത്തു അയാളുടെ കൈയിലെപിടിത്തം വിട്ടില്ല.

"ഒരീസത്തെ പണി പോയാലും വേണ്ടീല, വീടും കുടീം പോകാതിരിക്കണേൽ സമരം ചെയ്യണം."

ഇതായിരുന്നു രാവിലെ മൂടിപ്പുതച്ചു കിടന്ന ഭാസ്കരനെ തട്ടിവിളിച്ച ഭാര്യക്ക് അയാൾ നല്കിയ മറുപടി. ഉച്ചകഴിഞ്ഞ് രണ്ടിനാണ് സുരക്ഷച്ചങ്ങല. അതിനുമുമ്പ് പറമ്പിലെ ചില കാര്യങ്ങൾ വേഗത്തിൽ തീർക്കാൻ ശ്രമിക്കുകയായിരുന്നു ഭാസ്കരൻ.

"അച്ഛന് ഞാനെന്താ തരാ?" അവൻ ചോദിച്ചു.

"എന്തിന്?" എലിക്കെണി സ്ഥാപിച്ച് അതിൽ മണ്ണ് ചവിട്ടി ഉറപ്പിച്ചുകൊണ്ട് ഭാസ്കരൻ തിരിച്ചു ചോദിച്ചു.

"ഇന്ന് പണിക്ക് പോവാത്തേന്... നല്ല ഒരു ഉമ്മ തരട്ടെ?"

"അത് കുഞ്ഞൻ എന്നും തരേണതല്ലേ?"

"പിന്നെന്താ... എന്റെ കാശു കുടുക്ക പൊട്ടിച്ച് അതിലുള്ളതെല്ലാം തന്നാലോ."

"അതുവേണ്ട. നെനക്ക് അടുത്ത വർഷം നിക്കറും ഉടുപ്പും വാങ്ങിക്കാനുള്ളതല്ലേ?"

"എനക്കൊപ്പം ഇങ്ങനെ കളിക്കാനാ ഇന്ന് പണിക്കുപോകാഞ്ഞെ?"

"പണിക്കുപോയില്ലേൽ എങ്ങനെയാ കഞ്ഞികുടിക്കുന്നെ?"

"പിന്നെന്താ പൂവാഞ്ഞെ?"

"അതേയ് ഇന്നുപോയാലേ മോളിലെ അണക്കെട്ട് പൊട്ടി നമ്മുടെ പൊരേം കപ്പേം ഒക്കെ ഒലിച്ചുപോകും. നമ്മളാരും ബാക്കി ഒണ്ടാവൂല. ഗവർമ്മേണ്ട് പൊട്ടാറായ അതിനു പകരം വേറൊന്ന് ഉണ്ടാക്കി നമ്മളെ കാക്കണം. അതുകൊണ്ട് ചത്തുപോകാതിരിക്കണേല് ജീവിച്ചിരിക്കുമ്പം സമരംചെയ്യണം. ഇപ്പ മനസ്സിലായോ എന്നാ പോകാഞ്ഞതെന്ന്?"

"അപ്പം ചാകാതിരിക്കാനാ സമരങ്ങളെല്ലാം?"

അവൻ അച്ഛന്റെ മുഖത്തുനിന്ന് കണ്ണെടുക്കാതെ വളരെ ഗൗരവത്തോടെ ചോദിച്ചു.

"നീ ആളു കൊള്ളാലോ. ആളെക്കൊല്ലാത്ത ഒരു ഡാക്കിട്ടറാകും നീ നോക്കിക്കോ. ബാക്കി പിന്നെപ്പറയാട്ടോ."

അയാൾ പണി നിർത്തിയതോടെ അവൻ അച്ഛന്റെ കൈയിൽ വീണ്ടും ഇറുകെ പിടിത്തമിട്ടു. കുഞ്ഞിക്കൈ നോവിക്കാതെ അവൻ വീഴാതെ അയാൾ ശ്രദ്ധാപൂർവ്വം അവനെ പിടിച്ചു ചേർത്തുനടത്തി. അവർ മൺപുരയിലേക്കുള്ള പടികൾ കയറി.

പിടിച്ചു കുലുക്കുന്ന ഒരു ശബ്ദം കേട്ട് അയാൾ പിന്നിലേക്ക് നോക്കുമ്പോഴക്കും ആ പ്രദേശമാകെ വെള്ളം കുത്തിയെടുത്തിരുന്നു. ഉറക്കെ

ഒന്ന് കരയാൻപോലും കഴിയുന്നതിനുമുമ്പേ അവർക്കൊപ്പം ആയിരങ്ങൾ ചതഞ്ഞരഞ്ഞു. കിലോമീറ്ററുകൾ യുദ്ധഭൂമിക്കു സമാനമായി. അങ്ങു ദൂരെ ഒരു കുഞ്ഞിക്കൈപ്പത്തി ഇറുകെ പിടിച്ച നിലയിൽ ഒരു പുരുഷന്റെ തോളറ്റം മുതലുള്ള കൈ കാണപ്പെട്ടു."

ഫോൺ മുഴങ്ങി. ഏതോ ചാനലുകാരനാണ്. വേറെ പല പത്രക്കാരും ചാനലുകാരും ക്യൂ നിന്നു. ഞാൻ എന്തൊക്കെയോ പറഞ്ഞു. പലതും തത്സമയ ചർച്ചയ്ക്കിടയെയായിരുന്നെന്ന് ഞാൻ അറിയുന്നുപോലുമുണ്ടായിരുന്നില്ല. അന്ന് ഞാൻ രവീന്ദ്രനെ വിളിച്ചില്ല. അതിന് ആഗ്രഹിക്കാൻപോലും സമയം കിട്ടിയില്ല എന്നതാണ് സത്യം. പക്ഷേ, അവന് എന്നെ വിളിക്കാതിരിക്കാൻ കഴിഞ്ഞില്ല. പത്തുമണിയോടെ അവന്റ ഫോണെത്തി.

"ടാ കാര്യം കഷ്ടമാണേലും നിന്റെ കഥ സത്യമായിരിക്കുകയാ. നീയിപ്പോ വി ഐ പിയാ. ശരിക്കും സ്വപ്നക്കാരൻ. 'ദ ഡ്രീമർ' എന്നാ ഇംഗ്ലീഷ് പത്രങ്ങളെല്ലാം നിന്നെ വിശേഷിപ്പിച്ചിരിക്കുന്നത്. ഇനി നിന്റെ സ്വപ്നങ്ങൾ അറിയാനും റിപ്പോർട്ട് ചെയ്യാനും അവരെല്ലാം ക്യൂ നില്ക്കും നോക്കിക്കോ."

ഇത്രയും ഒന്നിച്ച് ഒറ്റശ്വാസത്തിലാണ് അവൻ പറഞ്ഞതെന്ന് എനിക്കു തോന്നി. ശ്വാസം ആഞ്ഞെടുത്തത് എനിക്ക് കേൾക്കാമായിരുന്നു.

"നീ പറഞ്ഞത് ശരിയാ. ഇന്നുവന്ന ഫോണുകൾക്ക് കണക്കില്ല. മൊബൈൽ ചാർജ്ജ് തീർന്ന് സ്വിച്ചോഫായി. ലാൻഡ് ഫോണിന് വിശ്രമമുണ്ടായിട്ടില്ല."

"ബൈബിളിൽ ഏതോ ഒരു സ്വപ്നക്കാരൻ ജോസഫില്ലേ. അയാളുമായി നിനക്ക് സാദൃശ്യമുള്ളതുപോലെ എനിക്കിപ്പോ തോന്നുന്നു. എന്റെ ഡ്രീമറേ, നിന്നേയും നിന്റെ സ്വപ്നങ്ങളെയും സമ്മതിച്ചുതന്നിരിക്കുന്നു."

അവനുമായുള്ള സംഭാഷണം നീട്ടിക്കൊണ്ടുപോകാനുള്ള മാനസിക നിലയിലായിരുന്നില്ല ഞാൻ. നിർത്താതെയുള്ള ഫോൺ സംഭാഷണങ്ങൾ എന്റെ ശിരസ്സ് മരവിപ്പിച്ചിരുന്നു. അവൻ മറ്റെന്തോ ചോദിച്ചെന്നു തോന്നുന്നു. ഞാൻ എന്തെങ്കിലും പറഞ്ഞിരിക്കാം. ക്ഷീണാധിക്യത്താൽ വീണ്ടും സ്വപ്നലോകത്തിന്റെ മയക്കത്തിലേക്കു വഴുതിവീണത് ഞാൻ അറിഞ്ഞില്ല.

മൂന്ന്

ഞാൻ എന്നെ വീണ്ടും അതിശയിപ്പിച്ചു. എന്നെക്കുറിച്ച് വല്ലാത്ത അഭിമാനം തോന്നി. അതിന് ഇടയാക്കിയ രവിയോട് എനിക്ക് എന്തെന്നി ല്ലാത്ത സ്നേഹവും.

"മിസ്റ്റർ ഡ്രീമർ, സൊ യു ബിലീവ് ദി ഒൺലി സൊലൂഷൻ ടു ദ് പോവർട്ടി ഈസ് കട്ടിങ് ഡൗൺ ഡിഫൻസ് എക്സ്പൻസസ്?"

"യേസ് ഐ ഡു." – ഞാൻ പറഞ്ഞു.

എന്നെ ഇൻർവ്യൂ ചെയ്യാൻ ന്യൂയോർക്കിൽ നിന്നെത്തിയതായിരുന്നു സായിപ്പ് ജെറി. ഞാൻ രണ്ടാഴ്ചമുമ്പ് കണ്ട ഒരു സ്വപ്നത്തെക്കുറിച്ചും ഞാൻ നടന്ന സ്വപ്നവഴികളെക്കുറിച്ചുമായിരുന്നു സായിപ്പിന് അറിയേ ണ്ടിയിരുന്നത്.

എന്നെ ആനന്ദത്താൽ നിറച്ച ഏറ്റവും പുതിയ സ്വപ്നത്തെക്കുറിച്ച് രവി തൊട്ടടുത്ത ദിവസംതന്നെ പത്രത്തിൽ വാർത്ത പ്രസിദ്ധീകരിച്ചി രുന്നു.

"വീണ്ടും വീണ്ടും ആയുധങ്ങളും മറ്റ് യുദ്ധക്കോപ്പുകളും വാങ്ങി ക്കൂട്ടുകയും ഭയപ്പാടിന്റെ മറവിൽ കഴിയാൻ വിധിക്കപ്പെടുകയും ചെയ്തി ട്ടുള്ള ലോക രാഷ്ട്രങ്ങൾ ഉണരണം. അസമാധാനത്തിന്റെ വിത്തുകൾ നിറഞ്ഞ ആയുധങ്ങളോട് അവർ വിടപറയണം. പകരം വയറൊട്ടി വിശന്നു കരയുന്നവർക്ക് ഭക്ഷണമായി അവ മാറണം. സമാധാനവും സന്തോ ഷവും ലോകത്ത് നിറയാൻ അതുമാത്രം മതിയാകും."

എന്റെ പടത്തോടൊപ്പം മുഴുത്ത അക്ഷരത്തിൽ രവിയുടെ പത്ര ത്തിൽ നല്കിയിരുന്ന വാചകങ്ങളാണ്.

'ആയുധങ്ങൾകൊണ്ട് കണ്ണീരൊപ്പുക' എന്നതായിരുന്നു അരപ്പേജ് വാർത്തയുടെ തലക്കെട്ട്. അതിനു മുകളിൽ ചെറിയ അക്ഷരത്തിൽ

'രാജ്യങ്ങൾ പ്രതിരോധച്ചെലവ് വെട്ടികുറയ്ക്കുമെന്ന് പുതിയ സ്വപ്നം' എന്നും ഉണ്ടായിരുന്നു.

വലിയ തോക്കുകളും ഗ്രനേഡുകളും മിസൈലുകളും തിരിച്ചറിയാൻ കഴിയാത്ത മറ്റ് നിരവധി ആയുധങ്ങളും ഉയർത്തിയ ഒരു വൻ മലയുടെ താഴ്‌വരയിലായിരുന്നു ഞാൻ. നിരായുധരായി അതിനു കാവൽ നിന്നിരുന്നവർ ഓരോരുത്തരും അവയിൽ ഓരോന്നും ഈരണ്ടും ചുമക്കാൻ കഴിയുന്നത്ര എടുത്ത് നിന്നു. വെടിമരുന്ന് ഗന്ധം നിറഞ്ഞുനിന്നിരുന്ന അവിടെ നിരനിരയായി പടിഞ്ഞിരുന്നിരുന്ന എല്ലും കണ്ണും വയറും ഉന്തിയവർക്ക് അത് നല്കുന്നു. അവർ അത് ആർത്തിയോടെ വിശിഷ്ട ഭോജ്യമായി ആസ്വദിച്ച് അകത്താക്കുന്നു. കുറച്ചു സമയത്തിനുശേഷം അവരെല്ലാം അപ്രത്യക്ഷമായി. പകരം നല്ല മജ്ജയും മാംസവും ഓജസ്സും തേജസ്സും നിറഞ്ഞവരെക്കൊണ്ട് അവിടം നിറഞ്ഞു. ആയുധ മലയേയും അവിടെ കാണാനുണ്ടായിരുന്നില്ല പകരം പച്ചപ്പു നിറഞ്ഞ ഒരു പുൽമേട് അവിടെ പടർന്നു കയറി.

രവിയുടെ പത്രത്തിന് ഞാൻ നല്കിയ സ്വപ്ന വിവരണത്തെ സാധൂകരിക്കുന്നതായിരുന്നു അന്ന് ന്യൂയോർക്കിൽ നടന്നുവരികയായിരുന്ന രാഷ്ട്രത്തലവന്മാരുടെ യോഗ തീരുമാനം. ഓരോ രാജ്യവും അവർ തൊട്ടു മുൻവർഷം പ്രതിരോധത്തിന് ചെലവിട്ട ബജറ്റുതുകയുടെ പകുതിക്കു വേണം അടുത്ത വർഷം അതിനായി ചെലവഴിക്കാൻ. ഇങ്ങനെ മിച്ചം പിടിക്കുന്ന പണം മുഴുവനും ലോകനാണയനിധിയിലേക്കുമാറ്റിയു എന്നിന്റെ മേൽനോട്ടത്തിൽ ലോകത്തിലെ വിവിധ വികസനപ്രവർത്തനങ്ങൾക്കായി ചെലവഴിക്കുകയും വേണം.

ഈ തീരുമാനമുണ്ടായ അന്ന് എനിക്കുവന്ന ഫോൺകോളുകളിൽ മിക്കവാറും എണ്ണം വിദേശ രാജ്യങ്ങളിൽ നിന്നുള്ളവയായിരുന്നു. പിറ്റേന്ന് പത്രങ്ങളായ പത്രങ്ങളെല്ലാം എന്നെ അമാനുഷനാക്കി എഴുതി. 'ഡ്രീമർ' എന്നല്ലാതെ ജോസഫ് എന്ന എന്റെ പേര് ഒരിടത്തും ഉപയോഗിച്ചു കാണാത്തതിൽ എനിക്ക് ദുഃഖവും തോന്നി.

അന്നും ഞാൻ തളർന്നു. ചാർജ്ജ് തീർന്ന് ഫോൺ പ്രവർത്തനം നിലച്ചു. അതീവ ക്ഷീണിതനായ ഞാൻ വെടിമരുന്നിന്റെ ഗന്ധം ശ്വസിച്ചാണ് അത് ഉറക്കറയിൽ കയറിയത്.

എന്റെ ദിനചര്യ പുസ്തക പേജുകൾ വലിയ കൊടുങ്കാറ്റിലെന്ന പോലെ ആഞ്ഞു പറന്നു മറിയുന്നത് നിദ്രയിലെ ഉണർവ്വിൽ ഞാൻ കണ്ടു. കാറ്റ് ശാന്തമായപ്പോൾ അതിൽ എഴുതപ്പെട്ടിരുന്നവ വ്യക്തമായി.

"മനുഷ്യരാശി ഉണ്ടായ അന്നുമുതൽ കോടാനുകോടി പേർ തിന്നും കുടിച്ചും യുദ്ധംചെയ്തും വെട്ടിപ്പിടിച്ചും ദുരിതങ്ങൾ അനുഭവിച്ചും കടന്നു പോയിരിക്കുന്നു. ഇതിനൊക്കെ അർത്ഥം എന്താണെന്ന് എനിക്ക് മനസ്സിലാകുന്നേയില്ല. ഒരിക്കൽ അപ്രതീക്ഷിതമായോ ആസ്വദിച്ചോ ശപിച്ചു തീർന്നോ ഞാനും മറയും. എന്താണ് എന്റെ ജീവിതത്തിന്റെ ലക്ഷ്യം? എന്തിനുവേണ്ടിയാണ് ഈ ജന്മം?"

മറ്റൊരു താളിൽ ഇങ്ങനെ വായിച്ചു.

"വന്നുപോയതും വന്നുകൊണ്ടിരിക്കുന്നതും എത്രയെത്ര ദൈവങ്ങൾ. അവയുടെ പേരിൽ എത്ര എത്ര രക്തച്ചൊരിച്ചിലുകൾ. മനുഷ്യരാശി അവകൊണ്ട് എന്താണ് നേടിയത്?"

മറ്റൊന്നിൽ അല്പം വെട്ടിത്തിരുത്തലുകളോടെയും നനഞ്ഞു പരന്ന അക്ഷരങ്ങളോടെയും ഇങ്ങനെ കാണപ്പെട്ടു.

"തെരുവോരങ്ങളിലും പട്ടിണി ഉണക്കിയ ഇടങ്ങളിലും കരഞ്ഞു തളരുന്ന നിസ്സഹായരായ കുരുന്നു കോലങ്ങൾക്ക് ആരാണ് ഭക്ഷണം നല്കുക? എല്ലും വയറുമുന്തി അവർ പിറക്കാനും മരിച്ചുജീവിക്കാനും ആരാണ് കാരണം?"

"എത്രയെത്ര സിദ്ധാന്തങ്ങളാണ് ലോകം ഭരിക്കുന്നത്. ഓരോന്നിനും അതിന്റേതായ കാഴ്ചപ്പാടുകൾ. എല്ലാം ലക്ഷ്യം വയ്ക്കുന്നത് സമത്വസുന്ദരമായ ലോകം തന്നെ. എന്നിട്ടും മിച്ചം ദുഃഖങ്ങളും ദുരിതങ്ങളും യുദ്ധങ്ങളും ആകുലതകളും ഭയപ്പാടും അരക്ഷിതാവസ്ഥയും മാത്രം. രക്ഷാകരമെന്നു വിശേഷിപ്പിക്കപ്പെട്ട് ഇതേവരെ മാനവ ചരിത്രത്തിൽ അവതരിപ്പിക്കപ്പെട്ടതൊന്നിനും പൂജ്യത്തിന്റെ വിലപോലും ഇല്ല എന്നുണ്ടോ?"

ഡിസംബർ 25 ന്റെ പേജിലെ കുറിപ്പായിരുന്നു അത്.

പുസ്തകം അടഞ്ഞു. പിന്നെ ഞാൻ അതിനു പുറത്തുകയറി. അത് പറന്നു.

നോട്ടമെത്താത്ത ഒരു ജലാശയത്തിനു മുകളിലൂടെയായിരുന്നു എന്റെ യാത്ര. താഴെ കണ്ട കാഴ്ചകൾ എന്നെ അതിശയിപ്പിച്ചു. ജലാശയം വസൂരിക്കുമിളകളാൽ നിറഞ്ഞിരുന്നു. അവയിൽ ഓരോന്നിലും ഓരോ മനുഷ്യമുഖങ്ങൾ വ്യക്തമായിരുന്നു. ചെറുതും വലുതുമുൾപ്പെടുന്ന ചെറുകൂട്ടങ്ങളായും അത്തരം നിരവധി സംഘങ്ങൾ ഒരുമിച്ചുചേർന്നും അങ്ങുമിങ്ങും അലക്ഷ്യമായി ഒഴുകി നടന്നു. ഇടയ്ക്ക് ചിലവ പൊട്ടി മറഞ്ഞുകൊണ്ടിരുന്നു. അത് ഓളങ്ങൾ സൃഷ്ടിക്കുകയും നിമിഷങ്ങൾകൊണ്ട് അവ ഇല്ലാതാകുകയും ചെയ്തുകൊണ്ടിരുന്നു. കുമിളകൾ തമ്മിലും അവയുടെ സഞ്ചയങ്ങൾ തമ്മിലുമിടിച്ചും അവയിൽ പലതും കൂട്ടങ്ങൾ തന്നെയും ഇല്ലാതാകുന്നുണ്ടായിരുന്നു. ഇടയ്ക്ക് ശക്തമായ കാറ്റുവീശിയപ്പോൾ അപ്പാടെ കുമിളകൾ അപ്രത്യക്ഷമായി. വീണ്ടും നിറഞ്ഞെത്തിയവ എങ്ങോട്ടെന്നില്ലാതെ ഒഴുകിനടന്നുകൊണ്ടിരുന്നു. കുമിളക്കാഴ്ച കണ്ട് പറന്ന് പറന്ന് പോകവെ എന്റെ പുസ്തകം വീണ്ടും തുറക്കപ്പെട്ടു. അതിന്റെ ഊക്കിൽ ഞാൻ താഴേക്ക് പതിച്ചു. ആ വീഴ്ച എന്റെ കണ്ണു തുറപ്പിച്ചു.

ചാടി എഴുന്നേറ്റ് മേശമേൽ പേനവിഴുങ്ങിയിരുന്ന എന്റെ ദിനചര്യ പുസ്തകം ഞാൻ തുറന്നു. അല്പം മുമ്പ് വായിച്ച കാര്യങ്ങളിലൂടെ തെല്ലതിശയത്തോടെ ഞാൻ വീണ്ടും കണ്ണുകൾ പായിച്ചു. അവയിലൂടെ വിരലുകൾ ഓടിച്ചു.

എനിക്കും എന്റെ പുസ്തകത്തിനും മാത്രം അറിയാവുന്നവയല്ല

അതിൽ എഴുതപ്പെട്ടിരുന്നത്. രവീന്ദ്രനോടും പലകുറി ഇത്തരം ചിന്ത കൾ പങ്കുവച്ചിട്ടുണ്ട്. പക്ഷേ, ഒരിക്കലും അവന്റേതായ അഭിപ്രായങ്ങൾ അവൻ ഉന്നയിച്ചിട്ടില്ലെന്നുമാത്രം. എങ്കിലും അവനോടാണ് ഞാൻ എല്ലാം പറയുക. ഓരോന്നും മുഴുവനായും അവൻ സാകൂതം കേട്ടിരിക്കും. പിന്നെ 'വട്ടെന്നു' പറഞ്ഞ് കളിയാക്കിച്ചിരിക്കും. അപ്പോൾ, എന്റെ സത്യങ്ങൾ അവന് നുണക്കഥകളായിപോലും തോന്നണമെന്നില്ലല്ലോ എന്ന് ഞാൻ സമാധാനിക്കും.

നിനച്ചിരിക്കാതെയായിരുന്നു അവന്റെ അമ്മയുടെ മരണം. ഇത് അവനെ എല്ലാ ഊർജ്ജവും തീർന്നവനാക്കിയതായി എനിക്ക് തോന്നി. കോളേജിൽ തീജ്വാലയായി പടർന്നു കത്തിനിന്നിരുന്ന അവൻ വിപ്ലവം വെടിഞ്ഞ് തണുത്തുറഞ്ഞ് ഐസുപോലെയായി. പക്ഷേ, ദുഃഖം നികത്തി ക്ഷണികമായ ജീവിതത്തെക്കുറിച്ച് അവൻ പറഞ്ഞത് എനിക്ക് വലിയ ആശ്വാസം പകർന്നു. രവി ശരിക്കും എന്റെ സുഹൃത്തായി മാറി യിരിക്കുന്നെന്ന് അന്ന് എനിക്ക് തോന്നി. അവനും ചിന്തിക്കാനും ജീവി ക്കാനും തുടങ്ങിയിരിക്കുന്നു.

"ചിന്തിച്ചാൽ ഒരന്തവുമില്ല. ചിന്തിച്ചില്ലെങ്കിൽ ഒരു കുന്തവും."

ദീർഘനിശ്വാസത്തിന്റെ അകമ്പടിയോടെ അവന്റെ വാക്കുകൾ.

ദിനചര്യപുസ്തകം അടച്ചുവച്ച് ഞാൻ അവന്റെ നമ്പർ ഞെക്കി.

നാല്

ക്ലിനിക്കിന്റെ വരാന്തയിലേക്ക് കയറവേ എന്റെ മൊബൈൽ ചിലച്ചു.

"വെൽകം മിസ്റ്റർ ജോസഫ്. നേരെ ഇങ്ങുപോന്നോളൂ. ഞാൻ അകത്തുണ്ട്."

ഡോക്ടറായിരുന്നു ഫോണിൽ.

ഞാൻ അതിശയിച്ചു. പിന്നെ തോന്നി ക്യാമറ വച്ചിട്ടുണ്ടാവാമെന്ന്. അല്ലെങ്കിൽ ഞങ്ങൾ എത്തിയത് ഇത്ര കൃത്യമായി അറിയാൻ വഴിയില്ലല്ലോ. ഞങ്ങൾ എന്നു പറഞ്ഞതു രവിയേയും കൂടി ഉദ്ദേശിച്ചാണ്. അവനാണ് സ്വപ്നങ്ങളെക്കുറിച്ച് അഗാധ പാണ്ഡിത്യമുള്ള പട്ടണത്തിലെ ഡോക്ടറെപ്പറ്റി എന്നോടും പറഞ്ഞതും അദ്ദേഹത്തെ കാണണമെന്ന് നിർബ്ബന്ധിച്ചതും.

പുറത്തിറങ്ങാൻ തന്നെ എനിക്ക് മടിയായിരുന്നു. കാരണം ചാനലുകളും പത്രക്കാരും എന്റെ മുഖവും ചിന്തകളും പെരുപ്പിച്ച് വികൃതമാക്കി കണ്ണുകളിലൂടെയും മനസ്സുകളിലൂടെയും തലങ്ങും വിലങ്ങും കയറ്റിവിട്ടിരുന്നു. അതുകൊണ്ട് അല്പം ഭയവും ഉണ്ടാകാതിരുന്നില്ല. അണക്കെട്ട് ദുരന്തശേഷം സുഖമില്ലെന്ന കാരണം കാണിച്ച് വീട്ടിൽ അടച്ച് ഒറ്റയിരിപ്പിലായിരുന്നു. അപ്പനും അമ്മയ്ക്കും എന്നെ നന്നായി മനസ്സിലാകുമായിരുന്നതുകൊണ്ട് വീട് എനിക്ക് ആശ്വാസമായിരുന്നു. പക്ഷേ, എന്റെ 'കുപ്രസിദ്ധി' അവരെ കുറച്ചൊന്നുമല്ല ബുദ്ധിമുട്ടിച്ചിരുന്നതെന്ന് അവരുടെ മുഖത്തുനിന്ന് എനിക്ക് വായിച്ചെടുക്കാൻ കഴിഞ്ഞു. മാത്രമല്ല, ലാൻഡ് ഫോൺ എപ്പോഴും ബിസി ആയിരിക്കാൻ റിസീവർ ദിവസങ്ങളായി മലർത്തി കിടത്തിയിരിക്കുകയാണ്. മൊബൈൽ ഫോണിന്റെ ഓരോ മണിയടിയും അസ്വസ്ഥത സൃഷ്ടിച്ചു. ഇടയ്ക്ക് രവി വിളിക്കുമെന്നതിനാൽ അത് സ്വിച്ച് ഓഫ് ചെയ്യാനും മനസ്സ് മടിച്ചു. അതുകൊണ്ട് വളരെ പരിചിതമായ നമ്പറുകൾക്ക് മാത്രമാണ് എന്നോട് ആശയ വിനിമയം നടത്താൻ അനുവദിച്ചത്.

ചേച്ചി മോളമ്മ മിക്കവാറും ഫോൺ വിളിക്കാറുണ്ട്.

"മോനേ, ഇനി ഒന്നും എഴുതേണ്ട. എല്ലാം ചേച്ചിയോട് പറഞ്ഞോ. പിന്നെ നിന്റെ രവിയില്ലേ, അമ്മയില്ലേ.".....

ഇങ്ങനെ പോയി അവരുടെ സംസാരത്തിന്റെ കാതൽ.

രവിയുടെ നിർബ്ബന്ധത്തിനു വഴങ്ങാൻ അരമനസ്സായെങ്കിലും ആൾക്കൂട്ടം എന്നെ ഭയപ്പെടുത്തുന്ന ഒന്നായതിനാൽ വിശ്വനാഥൻ കണിയാരെ കണ്ടാൽ മതിയെന്ന് ഞാൻ വാശിപിടിച്ചു. പക്ഷേ, ഒരിക്കലും എന്നോട് കാണിച്ചിട്ടില്ലാത്ത വാശിയും ദേഷ്യവുമായിരുന്നു അവന്. ഒടുവിൽ ഞാൻ മുഴുവനായി കീഴടങ്ങി.

എന്റെ മനസ്സിലെ ദിവ്യപ്രതിഷ്ഠയായിരുന്നു കണിയാർ. കൈനോക്കി കൃത്യമായി പ്രവചിക്കുമെന്നു മാത്രമല്ല. ഒരുമാതിരിപ്പെട്ട അസുഖങ്ങൾക്കെല്ലാം നാടൻ മരുന്നും അയാളുടെ കൈവശമുണ്ട്. അമ്മയുടെ വാതത്തിന് കണിയാരുടെ അടുക്കലായിരുന്നു ചികിത്സ. അത് അയാൾ വേരോടെ മാറ്റി.

എന്റെ സ്വപ്നങ്ങൾ അച്ഛന്റെ മനസ്സിനെ കീഴടക്കിത്തുടങ്ങിയ നാളൊന്നിൽ അച്ഛൻ കണിയാരെ കണ്ടെന്ന് ഞാനറിഞ്ഞിരുന്നു. എന്നെക്കുറിച്ച് മാത്രമല്ല, ചേച്ചിയെക്കുറിച്ചും അമ്മയെപ്പറ്റിയുമൊക്കെ കാര്യമായി എന്തൊക്കെയോ പറഞ്ഞിട്ടുണ്ട് പോലും. എന്റെ കാര്യത്തിൽ പ്രശ്നങ്ങളുണ്ടാകുമെങ്കിലും അല്പം സഹിച്ച് ചില കാര്യങ്ങൾ പാലിക്കണമത്രേ. എങ്കിൽ എല്ലാം കലങ്ങിത്തെളിയുമെന്ന് കട്ടിലിൽ കരഞ്ഞുകൊണ്ടിരുന്ന അമ്മയെ ആശ്വസിപ്പിച്ച് അച്ഛൻ കാതിൽ മന്ത്രിക്കുന്നത് അവിചാരിതമായി ഞാൻ കാണുകയും കേൾക്കുകയും ചെയ്തിരുന്നു.

ക്ലിനിക്കിന്റെ വരാന്തയിൽ നിറഞ്ഞ് ആളുകളുണ്ട്. 'ഡോ. ഇർവാൻ ജേസൂസ്' എന്ന് ബോർഡുവച്ച മുറി ലക്ഷ്യമാക്കി ഞങ്ങൾ നടന്നുതുടങ്ങിയപ്പോഴേക്കും വാതിൽ ഗുമസ്തൻ ഓടിയെത്തി.

"സാർ ഇതിലേ" എന്നു പറഞ്ഞ് അയാൾ ഞങ്ങളെ നയിച്ചു. തള്ളിത്തുറന്നു പിടിച്ച വാതിലിലൂടെ സുഖശീതളാവസ്ഥയിലേക്ക് ഞങ്ങൾ കയറി. വിശാലമായ മുറി. കയറിച്ചെല്ലുന്നതിന് നേരെ ചുവരിനോട് ചേർന്നാണ് ഡോക്ടറുടെ ഇരിപ്പ്. ഒരു സാധു. ഒറ്റനോട്ടത്തിൽ അങ്ങനെയേ ആരും പറയൂ. ശാന്തമായ പ്രസന്നതയുള്ള വട്ടമുഖം, കഷണ്ടി, പൊക്കക്കുറവ്, കൃശഗാത്രൻ എന്നിങ്ങനെയൊക്കെ ഡോക്ടറെപ്പറ്റി വാക്ചിത്രം വരയ്ക്കാം.

"ഹലോ...... വരൂ വരൂ, ഇരിക്കൂ. ഞാൻ നിങ്ങളെ കാത്തിരിക്കുകയായിരുന്നു."

എന്നീ വാക്കുകൾക്കൊപ്പം വിരിഞ്ഞു വെളുത്ത ചിരി. അദ്ദേഹത്തിന്റെ തടിച്ച ഫ്രെയിമുള്ള കണ്ണടയിലും പ്രത്യേക രീതിയിൽ വെട്ടിയൊരുക്കിയ ഫ്രഞ്ച് താടിയിലും നിന്നുള്ള എന്റെ ശ്രദ്ധ മാറ്റി. അദ്ദേഹം കസേരയിൽ നിന്നുയർന്ന് ഞങ്ങൾക്ക് ഹസ്തം കൈമാറി. പിന്നെ ഉയർന്നപോലെ താഴേക്കമർന്നു.

ഞാനും രവിയും ഇരുന്നു. എന്റെ കണ്ണുകൾ കടലുപോലെ പരന്നുകിടന്ന മുറിയിൽ അലഞ്ഞുനടന്നു. മുറിയിലേക്കു കയറുമ്പോൾതന്നെ എന്നിൽ ആകാംക്ഷ ജനിപ്പിച്ച, ഡോക്ടറുടെ കസേരയുടെ നേരെ മുകളിലെ നീല പശ്ചാത്തലത്തിൽ കണ്ണുകൾ ഉടക്കിയിരുന്നു. അതിൽ വെള്ള നിറത്തിൽ മുറിയുടെ രണ്ടറ്റങ്ങളേയും മുട്ടിച്ച് ഇങ്ങനെ എഴുതിയിരുന്നു.

"നിങ്ങളെക്കുറിച്ചുള്ള പദ്ധതി എന്റെ മുമ്പിലുണ്ട്. നിങ്ങളുടെ നാശത്തിനല്ല ക്ഷേമത്തിനുള്ള പദ്ധതിയാണ്." (ജെറ 29:11).

ഞാൻ അതിൽതന്നെ നോക്കിയിരുന്നു. പലപ്രാവശ്യം കേട്ടിട്ടുള്ള ബൈബിൾ വാക്യങ്ങൾ. സ്വപ്നങ്ങളെ ഇഴപിരിക്കുന്ന കുഞ്ഞൻ ഡോക്ടറും പഴയനിയമത്തിലെ ഈ വാക്യവും തമ്മിൽ എന്താണ് ബന്ധമെന്ന ആലോചന എത്തിയപ്പോഴേക്കും ഡോക്ടർ ഇടപെട്ടു.

"അക്കാര്യം പിന്നീടാവാം. അല്ലെങ്കിൽതന്നെ താങ്കൾക്ക് അതൊക്കെ പതിയെ വെളിപ്പെട്ടു കിട്ടുമെന്നുതന്നെയാണ് എന്റെ കണക്കുകൂട്ടൽ. ഇപ്പോൾ വന്ന കാര്യത്തിലേക്ക് കടന്നാലോ?" അദ്ദേഹം എന്നെ വിഷയത്തിലേക്ക് ക്ഷണിച്ചു.

"ആക്ച്വലി മിസ്റ്റർ ജോസഫ് താങ്കളുടെ കേസ് എനിക്ക് ഭയങ്കര ത്രില്ലിങ്ങായി തോന്നുന്നു. അതുകൊണ്ടുതന്നെ താങ്കളെ കേൾക്കുകയും കാണുകയും ചെയ്യുക എന്നത് ഞാൻ വളരെ ആഗ്രഹിച്ചിരുന്ന ഒന്നാണ്. താങ്കളുടെ സിദ്ധികൾ തികച്ചും അസാധാരണം എന്നാണ് എനിക്ക് തോന്നിയിട്ടുള്ളത്."

ഡോക്ടർ പറഞ്ഞു നിർത്തി.

എന്റെ ഇടതുവശം ചേർന്ന് ഇരിക്കുകയായിരുന്ന രവി എന്നെ ഡോക്ടറുടെ ശ്രദ്ധയിൽപ്പെടാതെ തോണ്ടി. വിഷയം അവതരിപ്പിക്കാനുള്ള അടയാളമായിരുന്നു അത്. ഞാൻ പറഞ്ഞുതുടങ്ങി. "ഡോക്ടർ..."

"ഒന്നും പറയണമെന്നില്ല ജോസഫ്. ഞാൻ ആദ്യമേതന്നെ സൂചിപ്പിച്ചുവല്ലോ. താങ്കളുടേത് വളരെ ഇൻട്രസ്റ്റിങ്ങായ കേസാണെന്ന്. അതുകൊണ്ടുതന്നെ ഞാൻ വളരെ വിശദമായി താങ്കളെ പഠിച്ചുകഴിഞ്ഞു. ഇനി എന്താണ് ഞാൻ നിങ്ങൾക്കുവേണ്ടി ചെയ്യേണ്ടത് എന്നു പറഞ്ഞാൽ മാത്രം മതിയാകും."

ഞാൻ അതിശയിച്ചു. സാധാരണ കുടുംബത്തിൽ വെറും സാധാരണക്കാരനായി ജനിച്ചു വളർന്ന എന്നെ ലോകപ്രശസ്തനായ ഒരു ഡോക്ടർ മുഴുവനായും മനസ്സിലാക്കിയിരിക്കുന്നു എന്ന്. 'ഡാം' എന്ന എന്റെ 'സ്വപ്നകഥ' ഹിറ്റായ അന്നുമുതൽ മറ്റുള്ളവർക്കില്ലാത്ത എന്തോ ഒരു പ്രത്യേകത എനിക്ക് ഉള്ളതായി തോന്നാതിരുന്നില്ല. ഇക്കാര്യം രവി അടിവരയിടുകയും കൂടെയായപ്പോൾ എനിക്ക് എന്നെക്കുറിച്ച് അല്പം അസ്വാഭാവികത ഉറപ്പായി. ഡോക്ടറുടെ ഊഴം കൂടി ആയപ്പോൾ ഞാൻ എന്തൊക്കെയോ ആണെന്ന് ഒരു തോന്നൽ ഉടലെടുത്തു.

"എന്തുകൊണ്ട് ഇത്തരം സ്വപ്നങ്ങൾ ഞാൻ കാണുന്നു എന്നാണ് എനിക്കറിയേണ്ടത്." ഞാൻ പറഞ്ഞു.

"അതുതന്നെയാണ് താങ്കളെക്കുറിച്ച് അറിഞ്ഞശേഷം എന്നെ അലട്ടിക്കൊണ്ടിരുന്ന പ്രധാന പ്രശ്നം. എന്തുകൊണ്ട് ചെറുപ്രായത്തിൽ തന്നെ വളരെ ചിന്തോദ്ദീപകവും അസ്വസ്ഥതപ്പെടുത്തുന്നതുമായ സ്വപ്നങ്ങൾ താങ്കൾ കണ്ടു എന്നതും അവയെല്ലാം ഓർത്തിരിക്കാൻ കഴിഞ്ഞു എന്നതും എനിക്ക് ഇന്നും പിടികിട്ടാത്ത സമസ്യയാണ്."

ഡോക്ടർ അല്പം നിർത്തി.

"പക്ഷേ, ഡോക്ടർ, എന്റെ സംശയം അതുമാത്രമല്ല..."

ഇടയ്ക്ക് ഇടപെടാൻ ഡോക്ടർ അനുവദിച്ചില്ല.

"എനിക്കറിയാം. ഇനിയും ഏറെ അറിയാനുണ്ട് അല്ലേ? സംഭവിക്കാൻ പോകുന്ന കാര്യങ്ങൾ മുൻകൂട്ടി സ്വപ്നംകാണാൻ കഴിയുന്നത് ഒരു സിദ്ധിയാണോ എന്നും ഇക്കാര്യങ്ങൾക്ക് എന്തെങ്കിലും ശാസ്ത്രീയ അടിത്തറയുണ്ടോ എന്നുമല്ലേ?"

എന്റെ മനസ്സ് വളരെ കൃത്യമായി അദ്ദേഹം വായിച്ചറിഞ്ഞതിൽ അതിശയം തോന്നി.

"ഇതൊന്നും മനസ്സിലാക്കാൻ വലിയ ജ്ഞാനദൃഷ്ടിയൊന്നും വേണ്ട ജോസഫ്. ഞാൻ നേരത്തെ പറഞ്ഞില്ലേ താങ്കളെ ഞാൻ കുറച്ചു ദിവസങ്ങളായി പഠിച്ചുകൊണ്ടിരിക്കുകയാണെന്ന്. കാണുന്ന സ്വപ്നങ്ങൾ മുഴുവൻ പിറ്റേന്ന് കൃത്യമായി ഓർത്തിരിക്കാൻ കഴിഞ്ഞിട്ടുള്ള ഒരാളെക്കുറിച്ചുപോലും ഇക്കാലമത്രയും സ്വപ്നങ്ങളെ ഉപാസിച്ച് പഠിച്ച് കഴിഞ്ഞുവരുന്ന ഞാൻ കേട്ടിട്ടില്ല. അക്കാരണത്താൽതന്നെ താങ്കളുടെ ഈ സിദ്ധി അസാധാരണം എന്നു മാത്രം പറഞ്ഞ് കാത്തിരിക്കാനേ തരമുള്ളൂ. പുലർകാലേ കാണുന്ന സ്വപ്നങ്ങൾ ഫലിക്കും എന്ന് ചില പഠനങ്ങൾ പറയുന്നു. എന്നാൽ, പകൽ ഉറക്കത്തിൽ തന്റെ മരണം മുൻ അമേരിക്കൻ പ്രസിഡന്റ് എബ്രഹാം ലിങ്കൺ സ്വപ്നം കണ്ടിരുന്നു. അതിനുശേഷം ഏതാനും ദിവസങ്ങൾക്കുള്ളിൽ അദ്ദേഹം വെടിയേറ്റു മരിക്കുകയും ചെയ്തു. ഇങ്ങനെ സ്വപ്ന പഠനങ്ങളിൽ ചില വൈരുദ്ധ്യങ്ങൾ കണ്ടെത്താൻ കഴിയുന്നതിനാൽ ഇക്കാര്യത്തിൽ ഒന്നും തന്നെ അന്തിമമായ കണ്ടെത്തി എന്ന് ആർക്കും ഉറപ്പിച്ച് പറയാനാകില്ല."

"താങ്കളെ വിലയിരുത്തിയതിൽ, ഫ്രോയിഡ് പറയുന്നതുപോലെ ആഗ്രഹങ്ങളുടെ പൂർത്തീകരണമാണ് സ്വപ്നത്തിൽ സംഭവിക്കുന്നത് എന്ന് പറയാനാകില്ല. ആൽഫ്രഡ് അഡ്ലറുടെ കണ്ടെത്തലുകൾ പ്രകാരം കൂടുതൽ പ്രശ്നങ്ങൾ ഉള്ളവർക്ക് കൂടുതൽ സ്വപ്നങ്ങളും കുറച്ച് ഉള്ളവർക്ക് കുറച്ച് സ്വപ്നങ്ങളുമാണ് ഉണ്ടാകാറ്. ഇതുപ്രകാരവും ഇവിടെ നമുക്ക് ഉത്തരമില്ല. കൊച്ചുകുഞ്ഞായിരിക്കെ താങ്കൾക്ക് എന്ത് പ്രശ്നങ്ങളാണ് ഉണ്ടായിരുന്നതെന്ന് എനിക്ക് മനസ്സിലാകുന്നില്ല. ചുരുക്കത്തിൽ, താങ്കളുടെ കാര്യത്തിൽ, അസാധാരണത്വം മാത്രമേ ഞാൻ കാണുന്നുള്ളൂ. മറ്റ് ശാസ്ത്രീയ വിലയിരുത്തലുകളുടെ പരിധിയിൽ താങ്കളെ ഉൾപ്പെടുത്തി വിശകലനം ചെയ്യുന്നതിൽ ഞാൻ പ്രത്യേകിച്ച് അർത്ഥമൊന്നും കാണുന്നുമില്ല. അതിനാൽതന്നെ താങ്കളുടെ സ്വപ്നങ്ങൾ വളരെ വിലപ്പെട്ടതും ലോകത്തിനു മുഴുവൻ ഗുണകരവുമായ പ്രവാചക ദൗത്യവുമുള്ളവയാണെന്ന് ഞാൻ ഉറപ്പിക്കുന്നു. ഇത്തരത്തിൽ ഭാവിയെക്കുറിച്ച് സ്വപ്നം കണ്ട നിരവധി പേരെ പുരാതന ഈജിപ്തുകാരുടെ കാലം മുതലും വിവിധ മതഗ്രന്ഥങ്ങളിലും കണ്ടെത്താൻ കഴിയും. അവരൊക്കെയും അസാധാരണ വ്യക്തിത്വങ്ങളായിരുന്നെന്ന് അവരുടെ ചെയ്തികൾ തെളിയിച്ചിട്ടുണ്ട്."

എന്നിലെ അസാധാരണത്വം ഡോക്ടറുടെ വാക്കുകളിലൂടെ പുറത്തുചാടിയപ്പോൾ മുതൽ എന്റെ ചിന്താവിഷയം അതുമാത്രമായി. തുടർന്ന് അദ്ദേഹം പറഞ്ഞുകൊണ്ടിരുന്നതൊക്കെ വെറും ശബ്ദങ്ങളായി എന്നെ കടന്നുപൊയ്ക്കൊണ്ടിരുന്നത് ഞാൻ അറിഞ്ഞില്ല.

അഞ്ച്

"ആത്മഹത്യാപരം."

രവി അവന്റെ അഭിപ്രായം ഒരു വാക്കിൽ ഒതുക്കി. പിന്നെ എന്റെ വാദങ്ങൾ അല്പനേരം കേട്ടു പൊടുന്നനെ ഫോൺ സംഭാഷണം അവസാനിപ്പിച്ചു. നാടുവിട്ട് മാറിനില്ക്കാനുള്ള എന്റെ തീരുമാനം അവന് ഇഷ്ടപ്പെട്ട മട്ടില്ല. ഉറക്കമില്ലാത്ത നിരവധി രാത്രികൾ കടന്ന് ഞാൻ എത്തിച്ചേർന്നത് ആ തീരുമാനത്തിലായിരുന്നു. ഇക്കാര്യവും അവനോടാണ് ആദ്യമായി ചർച്ച ചെയ്തത്. പോയ മാസങ്ങളിൽ ഞാൻ അനുഭവിച്ചു തീർത്തുകൊണ്ടിരുന്ന മാനസിക സംഘർഷത്തെ ഏറ്റുവാങ്ങി വീണു പോകാതെ എന്നെ കൈപിടിച്ചു നടത്തിയത് അവനാണ്.

ഫോണിലും വീട്ടിലെത്തിയും ഭീഷണികൾ, വഴിയിൽ അസഭ്യം പറയുന്നവർ, അത്ഭുത വസ്തുവിനെ എന്നപോലെയും അവജ്ഞയോടെയും നോക്കുന്നവർ. അടക്കം പറയുന്നവർ. ജോലിക്ക് ഹാജരാകാത്തതും മറ്റുമായി തൊട്ടതിനും പിടിച്ചതിനുമെല്ലാം ഓഫീസിൽ പ്രശ്നം. എങ്ങനെയെങ്കിലും എന്നെ ജോലിയിൽനിന്ന് ഒഴിവാക്കണം എന്ന നിർബ്ബന്ധം അവർക്കുള്ളതുപോലെ എനിക്കു തോന്നി. 'ദ് ബെസ്റ്റ് പെർഫോമർ ഓഫ് ദ് കമ്പനി' അവാർഡ് വാങ്ങിയിട്ടുള്ള എന്നെ പറഞ്ഞയച്ചിട്ട് അവർക്ക് എന്ത് ലാഭം എന്ന് ഞാൻ ചിന്തിച്ചു. ആകെ അസ്വസ്ഥത. എവിടെ പോയി ഒളിച്ചാലും എന്നെ ഇല്ലാതാക്കും എന്ന് അച്ഛനും കിട്ടി നിരവധി ഫോണുകൾ. പുറത്തെല്ലായിടത്തും ആരൊക്കെയോ പിന്തുടരുന്നതുപോലെ.

ജോലികഴിഞ്ഞ് ബസ്സ്റ്റോപ്പിലേക്ക് നടക്കുമ്പോൾ വടിവാളുകളുമായി ആക്രോശിച്ചുകൊണ്ട് ഒരു സംഘം എന്റെ പിന്നാലെയെത്തിയിട്ട് അധികമായില്ല. തിരികെയോടി ഓഫീസിൽ കയറിയാണ് അവരിൽനിന്ന് രക്ഷപ്പെട്ടത്. ആഞ്ഞുവീശിയ കത്തിമുനകൊണ്ട് അന്ന് ആഴത്തിൽ മുറി

ഞ്ഞതിന്റെ തുന്നൽപ്പാടുകൾ കൈ മുട്ടുമുതൽ നീളത്തിലുണ്ട്. പിന്നൊരു ദിവസവും ഓഫീസിൽ പോയില്ല എന്നു മാത്രമല്ല, പുറത്തിറക്കം തന്നെ കുറച്ചു.

ആശുപത്രിവാസം കഴിഞ്ഞെത്തിയ സന്ധ്യാനേരം. ആരൊക്കെയോ കുറേപ്പേർ ഉറക്കെ സംസാരിച്ചു പടികയറി വന്നു. മുമ്പ് ചില ദിവസങ്ങളിൽ അച്ഛന്റെ സുഹൃത്തുക്കൾ സൊറപറഞ്ഞിരിക്കാനും റമ്മി കളിക്കാനുമായി സ്ഥിരമായി വീട്ടിൽ വരുമായിരുന്നു. എന്റെ 'പ്രശ്നങ്ങൾ' ആരംഭിച്ച ശേഷം അവരിൽ ആരും എത്താതായി. അതുകൊണ്ട് എന്നെ ലക്ഷ്യമിട്ടായിരിക്കും അപ്പോഴത്തെ വരവ് എന്ന് ഞാൻ ഊഹിച്ചു. അത് ശരിയുമായിരുന്നു.

“മക്കളെ ശരിക്കു വളർത്തണം ഭ്രാന്താണെങ്കിൽ ചങ്ങലയ്ക്കിടണം. ഞങ്ങളെ ആകമാനം അപമാനിച്ചില്ലാതാക്കിയിട്ട് ഇവിടെ സുഖമായി കഴിയാമെന്ന് കരുതേണ്ട.”

വാതിൽപ്പടിയിൽ നിന്ന് അച്ഛൻ അവരെ ദയനീയമായി നോക്കുന്നത് രണ്ടാം നിലയിലെ എന്റെ മുറിയുടെ ജനലിലൂടെ കാണാമായിരുന്നു.

“അവൻ എവിടെ ഉണ്ടെങ്കിലും വെറുതെ വിടില്ല. വെട്ടിനുറുക്കും. തല ചിതറിക്കും. പിന്നെ കാണാമല്ലോ എങ്ങനെ സ്വപ്നം കാണുമെന്ന്....'

അതിലൊരാൾ തിളങ്ങുന്ന വാളൂരിപ്പിടിച്ച് അസഭ്യവർഷം ചൊരിഞ്ഞു. അല്പനേരത്തിനുശേഷം ചവിട്ടിത്തുള്ളി അവർ കടന്നുപോയി.

മുൻവാതിൽ വൻ ശബ്ദത്തോടെ കൊട്ടി അടയ്ക്കപ്പെട്ടു. അല്പനേരത്തിനുള്ളിൽ എന്റെ മുറിക്കു മുന്നിലേക്ക് കനത്ത കാലടികൾ എത്തുന്നത് ഞാനറിഞ്ഞു. ഉള്ളിൽനിന്ന് ബന്ധിച്ചിരുന്ന മുറിയുടെ വാതിലിൽ മുട്ടുകേട്ടു. ആരായിരിക്കാമെന്ന് ഞാൻ ഊഹിച്ചു. വാതിൽ തുറന്നതും അച്ഛൻ ഉള്ളിൽ പ്രവേശിച്ചു.

“നിന്നെക്കുറിച്ച് എനിക്ക് ആശങ്കയുണ്ട്. എങ്കിലും എല്ലാം താല്ക്കാലികമെന്നാണ് ഞാൻ വിചാരിക്കുന്നത്. ഇവിടെനിന്ന് നീ കുറച്ചുനാളത്തേക്ക് മാറിനില്ക്കുന്നതാണ് നല്ലതെന്നാണ് എന്റെ അഭിപ്രായം. എന്തുപറയുന്നു നീ?”

എന്റെ കട്ടിലിൽ ഇരുന്ന് എങ്ങോട്ടെന്നില്ലാതെ നോട്ടങ്ങൾ കറക്കി അച്ഛൻ പറഞ്ഞു.

“ഞാനും ആലോചിക്കായ്കയില്ല അച്ഛാ.”

ഞാൻ പറഞ്ഞു.

“എന്നാലിനി താമസിപ്പിക്കേണ്ട. ആലോചിച്ച് വേണ്ട കാര്യങ്ങൾ വേഗം ചെയ്യുക.”

ഇത്രയും പറഞ്ഞ് അച്ഛൻ മുറിവിട്ടിറങ്ങി.

പ്രശ്നക്കാരനായി മാറിയ നാൾ മുതൽ പതിയെപ്പതിയെ എല്ലാവരും എന്നെ ഒഴിവാക്കുകയായിരുന്നില്ലേ എന്ന് എനിക്ക് ഇടയ്ക്ക് തോന്നാതിരുന്നില്ല. ആദ്യം അച്ഛൻ. പിന്നെ ചേച്ചി. ഏറെക്കഴിഞ്ഞ് അമ്മയും. എല്ലാ

വരും മിണ്ടാട്ടം കുറച്ചു. ബാക്കി കാര്യങ്ങളെല്ലാം എണ്ണയിട്ട യന്ത്രത്തിലെന്നപോലെ വളരെ കൃത്യമായി നടന്നു. കൃത്യസമയത്ത് ഭക്ഷണം തയ്യാർ. രാവിലെ പൊതിച്ചോറിന് 'അമ്മേ' എന്നു വിളിപോലും വേണ്ടിയിരുന്നില്ല. എന്നും അമ്മയോട് യാത്ര പറഞ്ഞിറങ്ങിയിരുന്ന ഞാൻ അടുപ്പിച്ച് ചില ദിവസങ്ങളിൽ മറുപടി ലഭിക്കാതായതോടെ ആ പതിവും നിർത്തുകയായിരുന്നു.

ഓഫീസിലെ അവഗണന എനിക്ക് സഹിക്കാനാവുമായിരുന്നില്ലെങ്കിലും വീട്ടിലെ ഒറ്റപ്പെടുത്തലിൽ ശരിക്കും നീറി. വലിയ കുറ്റവാളിയെപ്പോലെയോ സ്ത്രീ വിഷയത്തിൽ ജയിൽശിക്ഷ അനുഭവിച്ചെത്തിയവനെപ്പോലെയോ ആ വീട്ടിൽ. എന്തു പാതകമാണ് ചെയ്തത് എന്ന് എത്ര ആലോചിച്ചിട്ടും പിടികിട്ടിയില്ല. സ്വപ്നം കാണുന്നത് അത്ര വലിയ തെറ്റാണോ?

അകറ്റി നിർത്തലിന്റെ ദിവസങ്ങൾ കടന്നുപോകവേ മാസങ്ങൾ ചിലതു കഴിഞ്ഞാണ് അച്ഛനുമായി അങ്ങനെ സംസാരിക്കാൻ എനിക്ക് അവസരം ലഭിച്ചത്. അതിനായി ഞാൻ ഏറെ കൊതിച്ചിരുന്ന് അവസരങ്ങൾ സൃഷ്ടിച്ചെടുത്തെങ്കിലും അച്ഛൻ ഒഴിഞ്ഞുമാറുകയായിരുന്നെന്ന് എനിക്ക് തോന്നി.

തളരേണ്ടതില്ല എന്നായിരുന്നു രവീന്ദ്രന്റെ പക്ഷം.

"നിന്റെ നന്മ മാത്രം ആഗ്രഹിക്കുന്നവരാണ് അവരെല്ലാം എന്ന് എന്നേക്കാൾ കൂടുതൽ അറിയുന്നവനാ നീ. ഒരു കാരണവും ഇല്ലാതെ ഇങ്ങനെ ഉള്ള സന്തോഷംകൂടി ഇല്ലാതാക്കാക്കിയിട്ട് അവർക്ക് എന്തു കിട്ടാനാ? ഏതായാലും അച്ഛനോടും അമ്മയോടും ഞാനൊന്ന് ചോദിക്കട്ടെ. എനിക്കും അറിയണമല്ലോ എന്താ പറ്റീന്ന്."

ഫോണിൽ പറഞ്ഞതുപോലെ തന്നെ അവൻ അന്നു രാത്രിയോടെ വീട്ടിലെത്തി. മുമ്പൊക്കെ ഇടയ്ക്കിടെ വന്നിരുന്ന അവൻ കുറേയായി എത്താറില്ല. അവനാണ് എന്റെ പ്രശ്നങ്ങൾക്ക് ഒരു പരിധിവരെ കാരണമെന്നും എന്നെ പ്രോത്സാഹിപ്പിക്കുന്നതെന്നും അവരുടെ രീതികളിൽ നിന്ന് അവന് മനസ്സിലായിട്ടുണ്ടത്രേ. ഇക്കാര്യം എന്നോട് സൂചിപ്പിച്ച ശേഷം മാസം ഒന്നു കടന്നുപോയിട്ടും, ആഴ്ചയിൽ ഒരിക്കലെങ്കിലും വീട്ടിലെത്തി അമ്മയുടെ കൈപ്പുണ്യം അറിഞ്ഞുപോയിരുന്ന അവനെ ആ വഴിക്കെങ്ങും കണ്ടേയില്ല. അവനെ വിഷമിപ്പിക്കേണ്ട എന്നുകരുതി ഞാൻ അതേപ്പറ്റി ചോദിക്കുകയുമുണ്ടായിട്ടില്ല.

താഴെ അവൻ അച്ഛനുമായി സംസാരിക്കുന്നത് ഞാൻ അവ്യക്തമായി മുകളിൽ കേട്ടു. അല്പം കഴിഞ്ഞ് അമ്മയും എത്തി. ചായയും പലഹാരങ്ങളും നിർബ്ബന്ധിച്ച് നല്കുന്നതിന്റെ കോലാഹലങ്ങളുമുണ്ടായി. അല്പം കഴിഞ്ഞ് അവൻ മുകളിൽ എന്റെ മുറിയിലെത്തി.

"എന്താടാ, എന്തു പറഞ്ഞു?"

അവൻ ഉള്ളിൽ കയറിയ ഉടനെ ആകാംക്ഷയോടെ ഞാൻ ചോദിച്ചു.

"പൊന്നുപോലെ നിന്നെ വളർത്തിയവർ എന്തെങ്കിലും കാര്യമായ

കാരണമില്ലാതെ ഇങ്ങനെ ചെയ്യുമെന്ന് നീ കരുതുന്നുണ്ടോ? കണിയാൻ പറഞ്ഞതുപോലെയല്ലേ അവർ ചെയ്യൂ. അല്ലെങ്കിലും കുഴപ്പമൊന്നും ഉണ്ടാകില്ലെന്ന് അയാൾ പറഞ്ഞതല്ലേ. എല്ലാം നന്മയ്ക്ക് വേണ്ടിയെന്ന് കരുതിയാൽ മതി."

ഇത്രമാത്രം പറഞ്ഞ് എനിക്ക് കൂടുതൽ പിടിനല്കാതെ "എടാ പോയിട്ട് അത്യാവശ്യ കാര്യമുണ്ട് ഞാൻ വിളിക്കാം" എന്നു പറഞ്ഞ് ധൃതിയിൽ മുറിവിട്ടിറങ്ങി.

അവന്റെ ഫോൺ ഞാൻ പ്രതീക്ഷിച്ചു. പക്ഷേ, അതുണ്ടായില്ല. എന്റെ ആകാംക്ഷയെ ഞാൻ അടക്കി. പിന്നെ പതിവുപോലെ 'സർവ്വശക്തനേ എന്റെ രവിയെ കാത്തുകൊള്ളണമേ' എന്ന് പ്രാർത്ഥിച്ചശേഷം ഉറക്കത്തിന്റെ വരവുകാത്ത് ഞാൻ കിടന്നു. ചിന്തകൾ എന്നെ വരിഞ്ഞുമുറുക്കി. അവശനായപ്പോൾ എപ്പോഴോ അവ ഉറക്കത്തിലേക്ക് എന്നെ കെട്ടിയിറക്കി.

ആറ്

"രേവതി...."

ഇരുട്ടിന്റെ മറപറ്റി നിന്ന് ഞാൻ പതുക്കെ വിളിച്ചു.

എന്നെ പ്രതീക്ഷിച്ചിരുന്നെന്നപോലെ അവളുടെ പതിഞ്ഞ മറുപടി ജനാലയ്ക്കരികെ കേട്ടു.

"എന്തേ ഫോൺ ചെയ്തില്ലേ?"

അവളുടെ വാക്കുകളിൽ പരിഭവം.

"അതപകടാ."

"അറിയാം. എന്നാലും.... എത്ര നാളെന്നുവച്ചാ..."

"കാത്തിരിക്കേണ്ട എന്നു പറയാനാ ഞാൻ വന്നത്. ഒരു ദീർഘ യാത്ര നടത്തിയാലോ എന്നാലോചിക്കുകയാ. തിരിച്ചെത്തുമ്പോഴേക്കും പ്രശ്നങ്ങൾ അവസാനിക്കുമെന്ന് വിശ്വസിക്കാം."

അവളുടെ തേങ്ങൽ ഞാൻ കേട്ടു.

"കരയേണ്ട. നീ എന്നെ മനസ്സിലാക്കുന്നുണ്ടെന്നാണ് എന്റെ വിശ്വാസം. പ്രശ്നങ്ങളുടെ നടുവിൽ വലിയ ആശ്വാസമായിരുന്നു നീ. നിന്നോടു യാത്ര പറയാതെ പോകാൻ മനസ്സുവന്നില്ല. അതാ വന്നത്."

വീണ്ടും തേങ്ങൽ.

ഇനി എന്നാ കാണുക? ആരംഭിച്ച പ്രണയ സംഭാഷണങ്ങളും കണ്ടു തുടങ്ങിയ സ്വപ്നങ്ങളും മുഴുമിപ്പിക്കേണ്ടേ, ഒരുമിച്ച് ജീവിക്കേണ്ടേ തുടങ്ങി അവളുടെ ഒരായിരം ചോദ്യങ്ങൾ എനിക്കുള്ളിൽ മുഴങ്ങി കേൾക്കാമായിരുന്നു.

ഞങ്ങൾ പ്രണയിച്ചു തുടങ്ങിയിരുന്നോ എന്നു ചോദിച്ചാൽ ഇല്ല എന്നു പറഞ്ഞാൽ അതു ശരിയാവില്ല. ഇണക്കുരുവികൾ എന്നു വിളിച്ചാൽ തെറ്റുമാണ് എന്നാണ് ഞങ്ങൾ തമ്മിലുള്ള ബന്ധത്തെ ഞാൻ വിലയിരുത്തുക.

വിവാദങ്ങൾ മുറുകിയപ്പോൾ പത്രപ്പടകളുടെ ശല്യവും കൂടി. 'പറ്റില്ല'

എന്നു മുറിച്ചുപറയാൻ ഞാൻ ഒരു വൻ പ്രസ്ഥാനമോ അതിന്റെ വക്താവോ ആയിരുന്നില്ലല്ലോ. വെറും ഒരു വ്യക്തി. ഒരു ഗുമസ്തൻ. ഫോൺ ഓഫ് ചെയ്തും എടുക്കാതെയും മറ്റും ആർക്കും പിടികൊടുക്കാതെ കുറച്ചൊക്കെ പിടിച്ചുനിന്നു. എന്നാലും സ്വപ്നങ്ങൾ എന്നെപ്പിടിച്ചുലയ്ക്കുമ്പോൾ എനിക്ക് രവീന്ദ്രനെ മറക്കാനാവില്ലല്ലോ.

ഡാം പൊട്ടിമുളച്ചുണ്ടായ പുതിയ താരമായി തിളങ്ങിനില്ക്കുമ്പോഴായിരുന്നു അല്ലറ ചില്ലറ കുഞ്ഞുകുഞ്ഞു സ്വപ്നങ്ങൾക്കിടയിൽ എന്റെ ജീവിതത്തെ ആകെ ഉലച്ച ആ സ്വപ്ന ഭീകരന്റെ ജനനം. ആകാശത്തോളം ഉയരമുണ്ടായിരുന്നു അതിന്. ഞാൻ ഞെട്ടിയെണീറ്റു. ഫോൺ തപ്പിയെടുത്തു.

"ഇന്നെന്താ സ്പെഷൽ? പറ."

ഫോണിന്റെ മറുതലയ്ക്കൽ രവീന്ദ്രന്റെ ശബ്ദം. അല്പം വിറയലോടെ ഞാൻ കാര്യം വിവരിച്ചു.

"ഇതെന്തോ കുഴപ്പം പിടിച്ചതാണെന്നൊരു തോന്നൽ."

മുഴുവൻ മൂളിക്കേട്ട ശേഷം അവൻ പറഞ്ഞു.

"ഞാൻ ഡൽഹിയിൽ കോൺഫറൻസിലാ. രേവതിയെ വിടാം. അവളാകുമ്പം കുഴപ്പമില്ല. നിനക്ക് പറയാനുള്ളത് പറഞ്ഞോ."

അങ്ങനെയാണ് രേവതി എന്ന റിപ്പോർട്ടറെ ഞാൻ ആദ്യമായി കാണുന്നത്.

ഇരുനിറം. കഴുത്തറ്റം വച്ച് ക്രോപ്പ് ചെയ്ത മുടി. വിടർന്ന കണ്ണുകൾ. മനോഹരമായ പുഞ്ചിരി. പുരികം നന്നായി പറിച്ചൊതുക്കി നീല ജീൻസും ടോപ്പുമിട്ട കൊച്ചുസുന്ദരി. അവളുടെ പ്രസന്ന മുഖഭാവം തന്നെ ഏറെ ഊർജ്ജം പകരുന്നതായിരുന്നു. പക്ഷേ, അതൊന്നും അപ്പോഴത്തെ എന്റെ അവസ്ഥയിൽ എന്റെ ശ്രദ്ധതെറ്റിക്കാൻ പര്യാപ്തമായിരുന്നില്ല. ഞാൻ പറഞ്ഞുതുടങ്ങി. അവൾ എഴുതാനും.

ആകാശത്തോളം ഉയരത്തിൽ ഒരു രൂപം. പെരുംതൂണുകൾ പോലെ രണ്ട് കാലുകൾ. ഒന്ന് ഏഷ്യൻ ഭൂഖണ്ഡത്തിലും അടുത്തത് അമേരിക്കയിലുമായിരുന്നു. അതിന്റെ താടി രോമങ്ങൾ നിലത്തിഴയുന്നു. ദേഹമാസകലം ചെറുതും വലുതുമായ കൈകൾ. ചിലവ സ്ത്രീകളുടേതുപോലെ വിരലുകൾ നീണ്ടവയും ചിലവ പുരുഷന്മാരുടേതുപോലെ മസിലുകൾ നിറഞ്ഞ് ബലിഷ്ഠവുമായിരുന്നു. തുറിച്ച കണ്ണുകൾകൊണ്ട് താഴേക്ക് നോക്കി വൻകരകളിലും രാജ്യങ്ങളിലും അത് മാറിമാറി ചവിട്ടിക്കൊണ്ടിരിക്കെ അതിന്റെ നിലത്തുരഞ്ഞു നീങ്ങിക്കൊണ്ടിരുന്ന ഒറ്റ വസ്ത്രത്തിന്റെ നിറം പച്ച, കാവി, ചുവപ്പ്, വെളുപ്പ് എന്നിങ്ങനെ മാറിമാറിക്കൊണ്ടിരുന്നു. അതിന്റെ യാത്രയിൽ കാലുകൾക്കിടയിൽപെട്ടും വസ്ത്രത്തിന്റെ അടിയിൽപെട്ടും ജനം മരിച്ചുവീണുകൊണ്ടിരുന്നു. ഓരോ കൈകളും ഓരോരോ ദിക്കിലേക്ക് കൈചൂണ്ടി ജനത്തെ അങ്ങുമിങ്ങും എങ്ങുമെത്തിക്കാതെ ഓടിച്ച് കളിപ്പിച്ച് രസിച്ചുകൊണ്ടും അവർ മരിച്ചു വീണുകൊണ്ടുമിരുന്നു. കാല്പാദങ്ങളോട് ചേർന്ന് കാണപ്പെട്ട ചില ചെറു കൈകൾ തങ്ങളാലാകുന്ന വിധം വസ്ത്രം ഉയർത്തിപ്പിടിച്ച് ജനത്തെ രക്ഷിക്കാൻ കഷ്ടപ്പെടുന്നതും കാണാമായിരുന്നു."

"എന്താണ് സാർ ഇതിനർത്ഥം?"

ഞാൻ നിർത്തിയ ഉടനെ രേവതി ചോദിച്ചു.

എന്നെ അക്കാലത്ത് ഏറെ അലട്ടിയിരുന്ന ഒന്നായിരുന്നു മതങ്ങളും ദൈവങ്ങളും. അതിന്റെ പേരിൽ നടക്കുന്ന ചൂഷണങ്ങളും കൊള്ളരുതായ്മകളും യുദ്ധങ്ങളും പട്ടിണി മരണങ്ങളും. രേവതിയുമായി ഇക്കാര്യങ്ങൾ തുറന്നുതന്നെ സംസാരിക്കണമെന്നുതോന്നി. അങ്ങനെ അന്നുവരെ ഒരു പത്രപ്രവർത്തകന്റെ മുന്നിലും തുറക്കാതെ സൂക്ഷിച്ച സ്വപ്ന വ്യാപാരങ്ങളുമായി ബന്ധപ്പെട്ട മുഴുവൻ കെട്ടുകളും ഞാൻ രേവതിയുടെ മുന്നിൽ അഴിച്ചിട്ടു.

"സ്വപ്നങ്ങളിലുറങ്ങുന്ന അങ്ങയുടെ ജീവിതത്തെക്കുറിച്ചുള്ള സ്വപ്നം?"

എന്ന രേവതിയുടെ ചോദ്യത്തിന്

"ആരേയും വേദനിപ്പിക്കാതിരിക്കുക. പറ്റുന്നവരുടെയെല്ലാം കണ്ണീരൊപ്പാൻ പറ്റുന്നതെല്ലാം ചെയ്യുക."

എന്നു ഞാൻ മറുപടി നല്കി.

വിവാഹം, കുടുംബം എന്നിവയെക്കുറിച്ചുള്ള ചോദ്യം ഞങ്ങളെ കൊണ്ടെത്തിച്ചത് ഇരു കുടുംബങ്ങളെക്കുറിച്ചുള്ള കൂടുതൽ അറിവിലേക്കാണ്. അത് പിന്നീട് വ്യക്തിപരമായ ഇഷ്ടാനിഷ്ടങ്ങൾ പങ്കുവയ്ക്കുന്നതിലേക്കും.

പ്രാതലിനൊപ്പമെത്തിയ രേവതി ഊണുകഴിഞ്ഞ് അമ്മയോട് കുറേ നേരം സംസാരിച്ചിരുന്ന ശേഷമാണ് മടങ്ങിയത്.

"നല്ല മിടുക്കി കുട്ടി."

പാത്രങ്ങൾ അടുക്കളയിലേക്ക് എടുത്തുകൊണ്ടു പോകുകയായിരുന്ന അമ്മ, ഉച്ചത്തിൽ ആരോടെന്നില്ലാതെ പറയുന്നത് പടികയറിപ്പോകുകയായിരുന്ന ഞാൻ കേട്ടു.

ചില ഭാഗങ്ങൾ, ദൈവത്തിന്റെ പേരിൽ കാട്ടിക്കൂട്ടുന്നത് തനി ഭ്രാന്തെന്ന രീതിയിൽ ഞാൻ പറഞ്ഞതായാണ് പിറ്റേന്ന് രവീന്ദ്രന്റെ പത്രത്തിൽ പ്രധാന വാർത്ത വന്നത്. മത തീവ്രവാദികളെ ഭൂമിയിലെ ജീവിക്കുന്ന ചെകുത്താന്മാർ എന്നു വിശേഷിപ്പിച്ചു. നിശിതമായി വിമർശിച്ചു. വിശ്വാസത്തിന്റെ പേരിൽ ചെയ്യുന്നവയിൽ പലതും സുഖം തേടിയുള്ള കാട്ടിക്കൂട്ടലായും. കൂട്ടംചേരലുകളും കൂടെച്ചേർക്കലും അതിനായുള്ള മത്സരവും ഭോഷത്തവുമെന്ന് വിമർശിച്ചു.

"സ്നേഹത്തിനു കൂട്ടുനില്ക്കാത്ത മതങ്ങൾ ശത്രുതയ്ക്കു ചൂട്ടുപിടിക്കുന്നു." എന്നതായിരുന്നു തലക്കെട്ട്.

പുലർച്ചേ തന്നെ എന്റെ വീടിനു നേരെയും രവീന്ദ്രന്റെ പത്രം ഓഫീസിനും പലയിടങ്ങളിലും കല്ലേറുണ്ടായി. പത്രക്കെട്ടുകൾ അഗ്നിക്കിരയാക്കപ്പെട്ടു. ഞാൻ ഫോൺ സ്വിച്ച് ഓഫ് ചെയ്തു. തുടർച്ചയായി മുഴങ്ങിക്കൊണ്ടിരുന്ന ലാൻഡ്ഫോൺ അച്ഛൻ നിശ്ശബ്ദമാക്കിയിരിക്കണം. അതിന്റെ സ്വരം കേൾക്കാതായി. ഞാൻ മുറിക്ക് പുറത്തിറങ്ങിയില്ല. ഭക്ഷണം കഴിച്ചില്ല. അന്ന് വളരെ താമസിച്ചാണ് ഉറക്കം എത്തിയത്. സ്വപ്നങ്ങളും.

ഏഴ്

എവിടെനിന്ന് തുടങ്ങിയെന്നോ എങ്ങോട്ട് പോകുന്നെന്നോ ബോദ്ധ്യമില്ലാത്തവനെപ്പോലെ ഞാൻ അലഞ്ഞു. കാടും പുഴയും മലയും സമതലങ്ങളും എത്ര കടന്നെന്ന് ഓർമ്മയില്ല. പക്ഷേ, അവർ എന്റെ എല്ലാ ദിവസത്തെയും കൂട്ടുകാരായിരുന്നെന്ന് ഞാൻ തിരിച്ചറിയുന്നുണ്ടായിരുന്നു. ജനവാസ കേന്ദ്രങ്ങളിൽ യാചകനായപ്പോൾ മാത്രമാണ് വേവിച്ചവയുടെ രുചിയറിഞ്ഞത്. കാട്ടരുവികളും കിഴങ്ങുകളും നടക്കാനുള്ള ശേഷി സംഭരിച്ചു നല്കി.

യേശുവിന്റെ വരവറിയിച്ച സ്നാപകനെ ബൈബിളിൽ വരഞ്ഞിട്ടത് എന്റെ രൂപം ആവാഹിച്ചിട്ടുണ്ടാകാം. വടി എന്റെ സന്തത സഹചാരിയായി. ജഡയും മുടിയും വളർത്തി ആത്മാവിന്റെ ജീവൻ തേടിനടക്കുന്ന ഒരു സന്ന്യാസിയെപ്പോലെയായി. അതിനാൽ ചിലയിടങ്ങളിൽ എന്റെ വാക്കുകൾ കേൾക്കാൻ കൂട്ടവുമുണ്ടായി.

അതൊരു ഗ്രാമമായിരുന്നു. തൊട്ടുരുമ്മി വീടുകൾ. ഇരുട്ടിൽ കൂർക്കംവലികളുടെയും ഞരക്കങ്ങളുടെയും ഉച്ചത്തിലുള്ള ചുമയുടെയും ഇടയിലേക്ക് ഇടവഴിയിലൂടെ ഞാൻ നടന്നു. നായ്ക്കളുടെ നിർത്താതെയുള്ള കുര എനിക്ക് അസഹ്യമായി. പുറകെ നടന്ന് കുരച്ചും ക്രോധിച്ചുമുള്ള അവയുടെ ശല്യം എന്നെ പിച്ചിച്ചീന്തുമെന്നായപ്പോൾ എനിക്ക് രക്ഷപ്പെട്ടോടേണ്ടിവന്നു. ഇരുട്ടിൽ ഓടിയണച്ച് എവിടെയോ വീണ് ബോധംപോയ ഞാൻ ആ കിടപ്പിൽ ഉറങ്ങിയും പോയിരിക്കണം. പനിബാധിച്ച് അവശനായ പിഞ്ചുകുഞ്ഞിന്റെ മുഖത്തെന്നപോലെ ഭൂമി ക്ഷീണിതയായി കാണപ്പെട്ടു. എങ്കിലും നിർത്താത്ത ഹൃദയമിടിപ്പുമായി അത് സൂര്യനെ വലംവച്ചുകൊണ്ടിരുന്നു. അവളുടെ മുഖത്ത് ഒരു വലിയ ശ്വാസനയന്ത്രം ഘടിപ്പിച്ചിരുന്നു. ഇനിയും അവൾ മരിച്ചിട്ടില്ല എന്ന ആശ്വാസം എന്നിൽ

ജീവന്റെ ശ്വാസം വീണ്ടും നിറച്ചു.

മൃതപ്രായനായിരുന്ന എനിക്ക് മുഴുജീവൻ തിരിച്ചുകിട്ടുകയും ഞാൻ കണ്ണുതുറന്ന് ചുറ്റും വീക്ഷിക്കുകയും ചെയ്തു. ശ്വസനോപകരണം മുഖത്തും പുറത്തുമായി ഗഗനചാരികളെപ്പോലെ കുട്ടികളുടെ ഒരു പറ്റം നടന്നുവരുന്നു. പുസ്തകങ്ങളുടെ വലിയ ഭാണ്ഡവും അവർ ഒപ്പം പേറിയിരുന്നു. ആംഗലേയ അക്ഷരങ്ങൾ ഉച്ചത്തിൽ പറഞ്ഞും പാടിയുമായിരുന്നു അവരുടെ നടത്ത. കത്തിയെരിഞ്ഞുകൊണ്ടിരുന്ന പ്ലാസ്റ്റിക് കൂമ്പാരങ്ങളുടെ ഇടയിലൂടെ പച്ചപ്പരവതാനിയിലൂടെ എന്നോണം അവർ നടന്നു മറഞ്ഞു.

“നമ്മൾ ഇനിയും ഇതിനെ എതിർക്കരുത് എന്ന് അവർ പറയുന്നതിൽ കാര്യമില്ലാതില്ല. മാരക രോഗങ്ങൾ നമ്മെ കീഴടക്കിക്കൊണ്ടിരിക്കുകയാണ്. നമ്മുടെ പ്രിയപ്പെട്ടവരേയും നമ്മെ തന്നെയും ഇനിയും നമുക്ക് നഷ്ടപ്പെടും. അതിന് ഇനി അനുവദിക്കരുത്. സർക്കാർ പറയുന്നത് അനുസരിക്കുന്നതിൽ ഒരു ശരികേടുമില്ല. എല്ലാം പിന്തിരിപ്പൻ നയങ്ങളാണെന്നും നാം പറയുന്നതുമാത്രമാണ് ശരിയെന്നും പറയുന്നതിൽ എന്തർത്ഥമാണുള്ളത്? ഇത്രനാൾ നമ്മുടെ ശരികൾ മാത്രം കൊണ്ടു നടന്നിട്ട് എന്താണ് നമ്മൾ നേടിയത്. കുറച്ചുനാൾ അധികാരസുഖവും കുറേയേറെ പണവും. നേടിയതെല്ലാം മാത്രമല്ല, നമുക്ക് നമ്മുടെ ജീവൻ തന്നെ നഷ്ടമാകാൻ പോകുകയാണ്. നമ്മുടെ അടവുനയങ്ങൾ മാറ്റേണ്ട കാലമായിരിക്കുന്നു. അതിനാൽ വൃത്തിയിലൂടെയും ശുദ്ധജലത്തിലൂടെയും വിപ്ലവം നടത്താൻ ഞാൻ ആഹ്വാനം ചെയ്യുന്നു.”

പിന്നെ കേട്ടത് നീണ്ടു മുഴങ്ങിയ ഒരു കൈയടിയാണ്. ഞാൻ യാഥാർത്ഥ്യത്തിലേക്കുണർന്നു. അടഞ്ഞുകിടന്ന പഴയ ഒരു കെട്ടിടത്തിണ്ണയിലായിരുന്നു എന്റെ ഉറക്കം. അതിനടുത്തുള്ള നാല്ക്കവലയിൽ ഒരു യോഗം നടക്കുന്നതിന്റെ കോലാഹലമാണ് ഞാൻ കേട്ടത്.

ജനം പിരിഞ്ഞു. നിരത്തുകൾ സജീവമായി. എനിക്ക് വിശന്നു. മുന്നിൽ കണ്ട ഇടവഴിയിലൂടെ ഞാൻ മുന്നോട്ടു നടന്നു. ആദ്യം കണ്ട വീട്ടിലേക്ക് കയറി. അടഞ്ഞുകിടന്ന ഓലപ്പുരയുടെ വാതിലിൽ തട്ടാൻ ഒരുങ്ങവേ വാതിൽ തുറന്നു.

“ദാഹിക്കുന്നു. വല്ലതും കുടിക്കണം. അല്പം കഞ്ഞിവെള്ളവും കൂടെ അല്പം വറ്റുണ്ടായാൽ തരക്കേടില്ല.” ഞാൻ പറഞ്ഞു.

ഇറങ്ങിവന്ന മദ്ധ്യവയസ്ക അത്ഭുതജീവിയെ എന്നപോലെ എന്നെ അടിമുടി വീക്ഷിച്ചു. പിന്നെ ഒന്നും മിണ്ടാതെ കയറിപ്പോയി. അല്പനേരത്തിനുശേഷം വാതിൽ തുറക്കപ്പെട്ടു. അപ്പോൾ അവരുടെ കൈയിൽ ഒരു ചെറിയ പ്ലാസ്റ്റിക് കപ്പുണ്ടായിരുന്നു. അവർ അത് എന്റെ നേരെ നീട്ടി. ആർത്തിയോടെ അത് തട്ടിപ്പറച്ച് തുറന്നുപിടിച്ച വായിലേക്ക് കമിഴ്ത്തി. അവസാനത്തെ തുള്ളിയും ഞാൻ കുടിച്ചു. നന്ദിയോടെ ഗൃഹനാഥയെ നോക്കി. അപ്പോഴാണ് ഉള്ളിലാക്കിയ ദ്രാവകത്തിന് എന്തോ അരുചിയും പ്രത്യേക ഗന്ധവുമുള്ളതായി ഞാൻ മനസ്സിലാക്കുന്നത്.

അവർ എന്നെ തന്നെ ഇമവെട്ടാതെ നോക്കിയിരിക്കുകയായിരുന്നു.

"നിങ്ങൾ എവിടുന്നാ?" അവർ ചോദിച്ചു.

"കുറച്ചു ദൂരേന്നാ."

ഓർത്തെടുക്കാൻ കഴിഞ്ഞില്ലെങ്കിലും ഞാൻ വളരെ വേഗം മറുപടി നല്കി.

"നിങ്ങൾ ഈ നാട്ടുകാരനല്ലേ. നാട്ടിൽ നടക്കുന്നത് ഒന്നും അറിയുന്നില്ല എന്നുണ്ടോ?"

ഞാൻ പ്രതികരിക്കാതിരിക്കെ അവർ തുടർന്നു.

"പാവങ്ങൾക്ക് ക്ലോറിൻ കലക്കിക്കുറുക്കിയ റേഷൻ വെള്ളം മാത്രം ശരണം. അതെങ്കിലും കിട്ടാനുള്ളതുകൊണ്ട് ജീവൻ ഇങ്ങനെ ചത്തു ജീവിക്കുന്നു. പണക്കാർക്ക് ചൈനയിൽനിന്ന് ഇറക്കുമതിചെയ്ത വൈനും വെള്ളവും കുടിക്കാം. ഇടത്തട്ടുകാർ ശുചീകരണ സംഭരണികൾ സ്ഥാപിച്ച് കാര്യങ്ങൾ തള്ളി നീക്കുന്നു. ഇനി എല്ലാ വീടുകൾക്കും സൗജന്യനിരക്കിൽ ജല ശുചീകരണ സംവിധാനം നല്കാൻ പോകുകയാണത്രേ. ഇതിന് ഇപ്പോൾ പണം നല്കാനില്ലാത്തവർ പിന്നീട് അത് അടച്ചാൽ മതിയെന്നുമാണ് സർക്കാർ തീരുമാനം. പക്ഷേ, അവറ്റകൾ അതു സമ്മതിക്കുമെന്ന് തോന്നുന്നില്ല. പദ്ധതിയിൽ അഴിമതി നടക്കാൻ സാദ്ധ്യത ഉണ്ടെന്നാണ് അവരുടെ ആരോപണം. ക്ലോറിൻ കുഴയാത്ത വെള്ളം കുടിച്ച് ചാകാനെങ്കിലും സമ്മതിച്ചുകൂടെ?"

രോഷം അവരുടെ വാക്കുകളിൽ നുരപൊന്തി.

പണ്ട് സ്കൂളിൽ പോകുമ്പോൾ 'കുടിവെള്ളം അമൂല്യമാണ് അത് പാഴാക്കുകയോ വൃത്തികേടാക്കുകയോ ചെയ്യരുത്' എന്ന ബോർഡുകൾ പലയിടങ്ങളിലും കണ്ടിരുന്നത് ഞാൻ ഓർത്തു. മിച്ചമുള്ളതെല്ലാം പുഴകളിലും തോടുകളിലും വലിച്ചെറിഞ്ഞ് നാടും നഗരവും വൃത്തിയാക്കാം എന്ന കണ്ടുപിടിത്തം ശരിയല്ല എന്ന് അന്ന് എപ്പോഴോ ആർക്കോ തോന്നിത്തുടങ്ങിയിരുന്നിരിക്കണം. എന്നിട്ടും ഒന്നിനും കുറവുണ്ടായില്ല. രാത്രിയുടെ മറപറ്റി നീങ്ങുന്ന തസ്കരന്മാരേക്കാളേറെ ആഡംബരക്കാറിൽ നാറ്റം പൊതിഞ്ഞുകെട്ടിയ പ്ലാസ്റ്റിക് കവറുമായി കറങ്ങുന്നവരെയാണ് കാണാനുണ്ടായിരുന്നത്. പുഴയിൽ മീൻപിടിത്തക്കാർ കുറഞ്ഞപ്പോൾ പുഴുത്ത ഭക്ഷണം ആവശ്യത്തിലേറെ അകത്താക്കി മീനുകൾ പെരുകിക്കൊഴുത്തു. അവ ചത്തടിഞ്ഞുകൂടിയും അവയ്ക്കുമേൽ വീണ്ടും മാലിന്യം കുമിഞ്ഞും ഉറവകൾ എല്ലാം വറ്റിയത്രേ.

അപ്പോളാണ് അവിടമാകെ നിറഞ്ഞുനിന്ന ഉളുമ്പുമണം എന്റെ മൂക്കിനെ അലോസരപ്പെടുക്കിക്കൊണ്ടിരിക്കുകയായിരുന്നു എന്ന കാര്യം ഞാൻ മനസ്സിലാക്കുന്നത്. അതെനിക്ക് താങ്ങാനാകുന്നില്ല എന്ന തിരിച്ചറിവ് എന്നെ വേഗം അവിടം വിട്ടിറങ്ങാൻ നിർബ്ബന്ധിതനാക്കി.

എന്റെ യാത്ര മുന്നോട്ട്.

പോകുന്ന വഴിയെല്ലാം നേരെ നയിക്കുന്നതാണ് എന്ന ഉറച്ച ചിന്തയോടെ മുന്നിൽ തെളിഞ്ഞുകൊണ്ടിരുന്ന വഴിയിലൂടെ നടന്നു.

തമിഴനേയും തെലുങ്കനേയും പാഴ്സിയേയും ഹിന്ദിവാലയേയുമെല്ലാം കടന്നുപോയ വഴിയിൽ ഞാൻ കണ്ടു. അവരുടെ തെരുവുകൾക്കും പഴയ ദുർഗ്ഗന്ധം തന്നെയായിരുന്നു. അവയെല്ലാം പിന്നിട്ടിട്ടും ഞാൻ തേടിനടന്നത് എനിക്ക് ലഭിച്ചില്ല – ശുദ്ധജലവും ദുർഗ്ഗന്ധമില്ലാത്ത വായുവും.

പക്ഷേ, പിന്നീടുള്ള യാത്രയ്ക്ക് ഒരു ലക്ഷ്യമുണ്ടായി. ജീവന് ഏറ്റവും ആവശ്യമായ കാര്യങ്ങൾ അതിന്റെ സത്തയിൽ കണ്ടെത്താനും ഉപയോഗപ്പെടുത്താനുമായില്ലെങ്കിൽ ജീവിതം തന്നെയില്ലല്ലോ. നടന്നുതീർത്ത വഴികളും നടത്തയ്ക്ക് ചെലവഴിച്ച സമയവും എന്നേക്കും ഇല്ലാതാവുകയല്ലേ ചെയ്യുന്നത്.

എട്ട്

ഒരു കുലുക്കത്തിലേക്കാണ് ഞാൻ ഉണർന്നത്. ചാഞ്ചാടിക്കൊണ്ടിരുന്ന ഏതിലോ ഒന്നിന്റെ മുകളിലായിരുന്നു ഉറക്കം. ശൂന്യതയുടെ വെളിച്ചം കണ്ണിലേക്ക് കുത്തിക്കയറിയപ്പോൾ അതൊഴിവാക്കാൻ ചുറ്റിലും കണ്ണോടിച്ചു. ഇരുവശത്തും ഒരു വേലി എന്നിലേക്ക് ചാഞ്ഞ് നിന്നിരുന്നത് എന്താണെന്ന് ആലോചിക്കവേ പച്ചച്ചാണകത്തിന്റെ ഗന്ധം എന്നെ പൊതിഞ്ഞു. കണ്ണിനും മനസ്സിനും വിരുന്നൊരുക്കിയിരുന്ന എരുതുകളിലേക്കും ഊണിലും ഉറക്കത്തിലും വീട്ടിൽ പരന്നുനിന്നിരുന്ന ചാണകമണത്തിലേക്കുമൊക്കെ മനസ്സുപാഞ്ഞു.

ഞാനെവിടെയാണ് എന്ന് ആലോചനയിൽ വീണ്ടും മനസ്സുടക്കിയപ്പോൾ എഴുന്നേറ്റിരുന്നു. അപ്പോഴാണ് കുലുക്കയാത്രയുടെ പൊരുൾ മനസ്സിലായത്. എന്റെ ഉറക്കം ഒരു കാളവണ്ടിപ്പുറത്തായിരുന്നു.

കാളപ്പുറത്ത് നിരവധി തവണ കയറിട്ടുണ്ട്. പക്ഷേ, കാളവണ്ടിയിലെ യാത്ര ആദ്യമായാണ്. പണ്ട് കതിരും കറ്റയും നിറഞ്ഞു കുമിഞ്ഞിരുന്ന കാലത്ത് കണ്ടംപൂട്ടാനുള്ള കാളകൾക്കുമാത്രമായി ഒരു ആലയുണ്ടായിരുന്നു തറവാട്ടിൽ. അവയുടെ പുറത്ത് അനുവാദമില്ലാതെ അള്ളിപ്പിടിച്ചു കയറി മരണക്കുടുക്കുമായി എത്തുന്ന കാലനായി അഭിനയിച്ച് കളിച്ചിട്ടുണ്ട്. കാളക്കയറിൽ കുരുക്കിട്ട് കളിക്കവെ ഒരിക്കൽ ജോർജുകുട്ടി പാപ്പന്റെ മൂത്തവൻ ഈനാസു അതിൽ കുടുങ്ങി. കാള അവനേയും കൊണ്ട് വിറളിപിടിച്ച് ഓടി. ഭാഗ്യത്തിന് മരത്തിൽ ചുറ്റി കാളനിന്നു. അപ്പോഴേക്കും അവന്റെ പുറത്തുനിന്ന് കുറേയേറെ ഭാഗം ഉരഞ്ഞു തീർന്നിരുന്നു.

"ഇനി ഒരൊറ്റ എണ്ണം പശുക്കളെയോ കാളകളെയോ കിടാങ്ങളെയോ തൊട്ടുപോകരുത്. ചായിയും വെള്ളിയും കൈമനുമൊക്കെ

അവയെ പോറ്റിക്കോളും. അവറ്റകളുടെ പണി ഇല്ലാതാക്കേണ്ട."

അന്ന് മൂത്ത പേരപ്പന്റെ ഉഗ്രശാസനത്തിനുശേഷം ഞങ്ങളാരും തൊഴുത്തിന്റെ ഭാഗത്തേക്ക് പോയിട്ടേയില്ല. വൈകുന്നേരങ്ങളിൽ കൊയ്ത കണ്ടത്തിൽ പശുക്കിടാങ്ങളോടൊപ്പം നടത്തിയിരുന്ന കുത്തിമറിയലുകൾ പോലും അങ്ങനെ ഞങ്ങൾക്ക് നഷ്ടമായി.

യാത്രക്കാരൻ ഉണർന്നിട്ടും അതറിഞ്ഞ ഭാവം നടിക്കാതെ കാളകളെ തെളിക്കുന്നതിൽ മാത്രം ശ്രദ്ധചെലുത്തിയിരുന്ന വണ്ടിക്കാരനെ കുറിച്ച് അല്പം ഈർഷ്യയും അത്ഭുതവും തോന്നാതിരുന്നില്ല. പക്ഷേ, ചുറ്റും കണ്ട അത്ഭുതക്കാഴ്ച ആ മാനസിക നിലയെ അവഗണിക്കത്തക്കതോ അതിനപ്പുറമോ ആയിരുന്നു.

ശവപ്പറമ്പ്.... വാഹനങ്ങളുടെ വലിയ ശ്മശാനം. കാറും ലോറിയും ബസുകളും ഒരിക്കലും ഇതേവരെ കണ്ടിട്ടില്ലാത്തവയുമുണ്ട്. റോഡിനിരുവശവും നോക്കെത്താ ദൂരം തുരുമ്പിച്ച് തീരാനായവ വളരെ വലിയ ഒരു മെക്കാനിക്കൽ ഷോപ്പിന്റെയോ, പഴയവകൊണ്ട് പുത്തൻ സാധനങ്ങൾ ഉണ്ടാക്കുന്ന ഒരു നിർമ്മാണശാലയുടെയോ ഭാഗം ആണെന്ന് തോന്നിപ്പിച്ചു.

കിലോമീറ്ററിലധികം പോയിട്ടും വഴിവക്കിലും ഉണങ്ങിയ പറമ്പുകളിലും ഒറ്റയ്ക്കും കൂട്ടമായും കിടന്നിരുന്ന അവയുടെ കാഴ്ച അവസാനിച്ചില്ല. വഴിയിൽ ഒന്നോരണ്ടോ നടപ്പുകാരെ കണ്ടതൊഴിച്ചാൽ വിജനമായിരുന്നു ആ പ്രദേശം. ഇടയ്ക്ക് ഒന്നുരണ്ടു കാളവണ്ടികളും സൈക്കിൾ റിക്ഷകളും കടന്നുപോയി. അത്ഭുതജീവി എന്നുതോന്നിക്കുന്ന തരത്തിൽ പരന്ന പ്രതലത്തോടു കൂടിയ കാറുകൾ പോലുള്ള ചില വാഹനങ്ങളും കാണായി. സൗരോർജ്ജ പാളികൾ ചുമന്നുനടന്നിരുന്ന അവ പട്ടാളക്കാരുടെ പ്രത്യേക കവചിത വാഹനങ്ങളായിരിക്കാമെന്ന് ഞാൻ ധരിച്ചു. ഓരോ കാഴ്ചയും എന്റെ ആകാംക്ഷയെ ഉണർത്തി ഉലച്ചപ്പോൾ ഞാൻ ചോദിച്ചു.

"അതേയ് ഏതാ സ്ഥലം, അത്ഭുതദ്വീപോ. എന്താണിതൊക്കെ?"

"നിങ്ങൾ അന്യഗ്രഹ ജീവിയൊന്നുമല്ലല്ലോ. ആണോ?"

അയാൾ എന്റെ ചോദ്യത്തിനു നേരെ മറ്റൊരു ചോദ്യമെറിഞ്ഞു.

"അല്ല, കുറച്ചു ദൂരേന്നാ" ഞാൻ പറഞ്ഞു.

"എങ്ങോട്ടാണെന്ന് ഇതുവരെ പറഞ്ഞില്ല."

"ലക്ഷ്യം കണ്ടെത്താനുള്ള യാത്രയിലാണു ഞാൻ."

എടുത്തടിച്ചപോലുള്ള പെട്ടെന്നുള്ള മറുപടി കേട്ട് അല്പമൊരാശങ്കയോടെ അയാൾ എന്നെ സൂക്ഷിച്ചു നോക്കി.

പിന്നെ ശിരസ്സ് കാളകൾക്കൊപ്പം മുന്നോട്ടാക്കി.

"ദൈവമേ, ഒരു ഭ്രാന്തനെയാണല്ലോ ഞാൻ വണ്ടിയിൽ കയറ്റിയത്." എന്ന് പിറുപിറുത്തു.

ശരിയാണ്, ലക്ഷ്യമില്ലാതെ അലയുന്നവന് ഭ്രാന്തല്ലാതെ മറ്റൊന്നുമാകാൻ തരമില്ലല്ലോ. അയാൾ അങ്ങനെ കരുതിയതിൽ തെറ്റൊന്നും

കാണാത്തതിനാൽ അയാളോട് ഒരു വിരോധവും തോന്നിയും ഇല്ല.

ചുറ്റും കണ്ടുകൊണ്ടിരുന്നവയും എന്റെ സംശയങ്ങളും എവിടെയോ പോയി മറഞ്ഞത് ഞാനറിഞ്ഞില്ല. യാത്രയുടെ പൊരുൾ കൃത്യമായി കണ്ടെത്താനുള്ള ഗാഢചിന്തയിലായി ഞാൻ. കണ്ണടച്ചും തുറന്നും ധ്യാനിച്ചിരിക്കെ അയാൾ കൈപ്പത്തിയോളം വരുന്ന ഒരു മൊബൈൽഫോൺ പുറത്തെടുത്തു. പിന്നെ ഏതോ പത്രത്തിന്റെ താളിൽ കയറി അന്നത്തെ പ്രധാന വാർത്തകൾ ഉറക്കെ വായിക്കാൻ തുടങ്ങി.

"പുതിയ എണ്ണപ്പാടങ്ങൾ കണ്ടെത്തും വരെ റേഷൻ തുടരും."

– തലക്കെട്ടാണ്. പിന്നെ വാർത്തയിലേക്ക് കടന്നു.

"ന്യൂയോർക്ക്: പുതിയ എണ്ണപ്പാടങ്ങൾ കണ്ടെത്തി അവ പൂർണ്ണതോതിൽ ഉല്പാദനം ആരംഭിച്ച് ലോകരാഷ്ട്രങ്ങളുടെ ആവശ്യപൂരണത്തിന് തികയുംവരെ പെട്രോൾ, ഡീസൽ, എൽ പി ജി എന്നിവയ്ക്ക് ഇപ്പോഴുള്ള റേഷൻ സംവിധാനം തുടരും. ഇന്നലെ ഇവിടെ ചേർന്ന ലോക രാഷ്ട്രത്തലവന്മാരുടെ യോഗമാണ് ഈ തീരുമാനമെടുത്തത്. വൻതോതിൽ എണ്ണ ഉല്പാദിപ്പിച്ചുവന്നിരുന്നവയും ഇപ്പോൾ ദാരിദ്ര്യത്തിന്റെയും വരൾച്ചയുടെയും പടുകുഴിയിൽ വീഴുകയും ചെയ്തിട്ടുള്ള മുൻ എണ്ണ ഉല്പാദക രാജ്യങ്ങളുടെ സംഘടനയുടെ ആവശ്യപ്രകാരം അവയെ സഹായിക്കാൻ ഒരു പ്രത്യേക നിധി രൂപീകരിക്കാനും തീരുമാനിച്ചു.

ഇപ്പോൾ പുതിയതായി ഖനനം ആരംഭിക്കുകയും ഈ മേഖലയിൽ ഗവേഷണ പരീക്ഷണ രംഗത്ത് വൻ കുതിച്ചുചാട്ടം നടത്തുകയും ചെയ്തിട്ടുള്ള ഇന്ത്യ, ജപ്പാൻ, ജർമ്മനി, പോളണ്ട്, പാകിസ്ഥാൻ, ദക്ഷിണാഫ്രിക്ക തുടങ്ങിയ രാജ്യങ്ങൾക്കും ഈ രംഗത്തേക്ക് കടന്നുവന്നുകൊണ്ടിരിക്കുന്ന രാജ്യങ്ങൾക്കും ഇറക്കുമതി വ്യാപാരത്തിൽ വൻ ഇളവുകൾ പ്രഖ്യാപിക്കാനും യോഗത്തിൽ ധാരണയായി. റേഷൻ വിതരണത്തിനായി അന്താരാഷ്ട്ര എണ്ണ നിധിയിൽനിന്ന് ലഭിക്കുന്ന അസംസ്കൃത എണ്ണ ശുദ്ധീകരിച്ച് വേണ്ട അളവിൽ രാജ്യത്തെ ജനങ്ങൾക്ക് നല്കാതെ കരുതലായി നീക്കിവയ്ക്കുന്ന രാജ്യങ്ങൾക്കെതിരെ ഊർജ്ജ ഉപരോധ നടപടികൾ അടക്കമുള്ളവയുണ്ടാകും.

വ്യാവസായികാടിസ്ഥാനത്തിലുള്ള സൂര്യതാപ ഊർജ്ജ ഉല്പാദന വർദ്ധന, കടൽജലം ഉപയോഗപ്പെടുത്തിയതും മലിനജലംകൊണ്ടും മറ്റുമുള്ള ഊർജ്ജ മുന്നേറ്റങ്ങൾ എന്നിവയ്ക്ക് രാജ്യാന്തര നാണയനിധി പ്രോത്സാഹനം നല്കും."

ഇത്രയും വായിച്ച് അയാൾ അടുത്ത പേജുകളിലേക്ക് മൗസ് ഉരുട്ടി.

വിവിധ രാജ്യങ്ങളിൽ എണ്ണയ്ക്കായി സൈക്കിളിലും സൗരോർജ്ജ കാറുകളിലും ഓട്ടോറിക്ഷ പോലുള്ള ചെറിയ വാഹനങ്ങളിലും മറ്റുമെത്തി ക്യൂ നില്ക്കുന്നവരുടെ ബഹുവർണ്ണ ചിത്രങ്ങളാൽ നിറഞ്ഞതായിരുന്നു ഒരു പേജ് മുഴുവനും.

'ഓടിക്കൊണ്ടിരിക്കാം സൂര്യ കടാക്ഷത്താൽ'

എന്ന ഒരു തലക്കെട്ടാണ് അടുത്തതായി വായിക്കപ്പെട്ടത്.

"ബീജിങ്: സൂര്യതാപത്തിൽ സൃഷ്ടിക്കപ്പെടുന്ന ഊർജ്ജം ഉപയോഗിച്ച് ഓടിക്കാവുന്ന കാറുകളും മറ്റു വാഹനങ്ങളും ചൈനയിലെ പ്രമുഖ കമ്പനി ഉടൻ വിപണിയിലിറക്കും. ഇത്തരത്തിൽ ഇപ്പോൾ ഓടുന്നവ സൗരോർജ്ജപാനലുകൾ ചുമക്കുന്നതിനാൽ ഭംഗിയില്ലാത്തവയാണെങ്കിൽ പെട്രോൾ, ഡീസൽ, ഗ്യാസ് എന്നിവ ഉപയോഗിച്ച് ഓടുന്ന വാഹനങ്ങളുടേതുപോലെ നല്ല രൂപഭംഗിയിലുള്ളവയായിരിക്കും കമ്പനി വിപണിയിലിറക്കുന്ന വാഹനങ്ങൾ. ഏതു വാഹനമായാലും അതിന്റെ പുറം ചട്ടയെല്ലാം താപ ആഗിരണ ഊർജ്ജ നിർമ്മാണ പാളികളായി പ്രവർത്തിക്കുന്നു എന്നതാണ് ഇതിന്റെ പ്രത്യേകത. ഈ രംഗത്ത് പുത്തൻ പ്രതീക്ഷ നല്കുന്ന കമ്പനി, കാർ, ബസ് എന്നിവയാണ് ആദ്യം പുറത്തിറക്കുക. തുടർന്ന് ബൈക്കും സൈക്കിളുംവരെ ഇത്തരത്തിൽ ഓടിക്കാൻ കഴിയുമെന്നാണ് കണക്കുകൂട്ടുന്നത്." വാർത്തയ്ക്കൊപ്പം നല്ല ഭംഗിയുള്ള ഒരു കാറിന്റെ ചിത്രവും നല്കിയിരുന്നു.

"ദാ നോക്കണം."

അയാൾ മറ്റൊരു വാർത്തയിലേക്ക് ശ്രദ്ധ ക്ഷണിച്ചു.

"ന്യൂഡൽഹി: ആണവവിസ്ഫോടനം വാഹനങ്ങളിൽതന്നെ നടത്തി ഊർജ്ജം ഉല്പാദിപ്പിക്കാനുള്ള ഇന്ത്യൻ ശാസ്ത്രജ്ഞരുടെ അക്ഷീണ പ്രയത്നം ഒരു ചുവടുകൂടി മുന്നിലേക്ക്. പ്രത്യേക രീതിയിൽ ഇത് സാദ്ധ്യമാക്കുന്നതിന്റെ ആദ്യപടിയായി വാഹനത്തിൽ ആണവ വിഘടനം അവർ സാദ്ധ്യമാക്കി. ഇനി ഇങ്ങനെ ഉല്പാദിപ്പിക്കപ്പെടുന്ന ഊർജ്ജം യന്ത്രങ്ങളെ ചലിപ്പിക്കാനുള്ള രീതിയിലേക്ക് മാറ്റിയെടുത്താൽ 50 വർഷമായി ഇന്ത്യ നടത്തിവരുന്ന കഠിനയത്നം ലോകത്തിലെതന്നെ വാഹന ഗതാഗത മേഖലയിലും വാഹന നിർമ്മാണ രംഗത്തും കുതിച്ചു ചാട്ടമാവും സൃഷ്ടിക്കുക."

അയാൾ വാർത്ത വായന തുടരുമ്പോഴും എന്റെ വാഹനത്തിന്റെ ചാഞ്ചാട്ടം തുടർന്നുകൊണ്ടിരുന്നു.

ഒൻപത്

ദീർഘദൂര യാത്രയുടെ ആലസ്യത്തിലും ക്ഷീണത്തിലുമായിരുന്നു ഞാൻ. എവിടെയെങ്കിലും വീണുറങ്ങി സ്വപ്നം കണ്ടുണരാൻ അതിയായി ആഗ്രഹിച്ചു. അതിനായി പലകുറി ആലോചിക്കുകയും സൗകര്യം തേടുകയും ചെയ്തു. പക്ഷേ, ഒന്നിലും എനിക്ക് തൃപ്തി കണ്ടെത്താനായില്ല. ഇനിയും ഏറെ ദൂരം നടന്നു തീർക്കാനുള്ളതുപോലെ ഒരു തോന്നൽ. വിജനമായ വഴിയിലൂടെ സൂര്യന്റെ കഠിനതാപം വകവയ്ക്കാതെ എന്റെ സഹചാരിയായ വടിയുമൂന്നി എങ്ങോട്ടെന്നില്ലാതെ ഭ്രാന്തനെപ്പോലെ ഞാൻ അലഞ്ഞു. ഇടയ്ക്കെപ്പോഴോ കാലിടറി വീണുപോയി. അവിടെ ബോധംകെട്ട് ഞാൻ ഉറങ്ങി.

എനിക്കെതിരെ ദൂരെനിന്ന് പൊട്ടുപോലെ സമതല വഴിയിൽ ഒരു രൂപം പ്രത്യക്ഷമായി. അത് വലുതായി എന്റെ അടുക്കലേക്കുള്ള ദൂരം കുറച്ചുകൊണ്ടിരുന്നു. അതൊരു മനുഷ്യരൂപമാണെന്ന് അല്പംകൂടി അടുത്തപ്പോൾ എനിക്ക് മനസ്സിലായി. കുറച്ചുകൂടി കാണണമെന്നായപ്പോൾ ആ രൂപം എനിക്ക് നന്നേ വ്യക്തമായി. അല്പ വസ്ത്രധാരിയായ കൗമാരത്തോടടുത്ത ഒരു ബാലികയായിരുന്നു അത്. അവളുടെ രൂപം വിളറി കരുവാളിച്ചിരുന്നു. ലോകത്തുള്ള ഭയവും ഉൽക്കണ്ഠയും മുഴുവനായി അവളുടെ മുഖത്ത് വാരി നിറച്ചിരിക്കുന്നതുപോലെ തോന്നി. അവളുടെ ഏങ്ങലുകൾ അവശേഷിപ്പിച്ച കണ്ണീർച്ചാലുകൾ നനഞ്ഞ് ഉരുൾപൊട്ടലുകൾ തീർത്ത ഗർത്തതീരങ്ങൾപോലെ കാണപ്പെട്ടു. പാറിപറന്ന് ചെമ്പിച്ച മുടി എന്റെ താടിരോമങ്ങൾ കണക്കേയായിരുന്നു.

"എന്താ കുട്ടി, എന്തുപറ്റി"?

ഞാൻ ചോദിച്ചു.

പക്ഷേ, അവൾ മറുപടി പറയുകയോ എന്നെ പരിഗണിക്കുകയോ

ഉണ്ടായില്ല. അവൾ എന്നെ കടന്ന് അതിവേഗം മുന്നോട്ടോടി. ആരാണവൾ. എന്തിനാവും അവൾ ഓടിയത്? നൂറുനൂറു ചോദ്യങ്ങൾ മനസ്സിൽ വന്നു നിറഞ്ഞുകൊണ്ടിരുന്നു. ഒന്നിനും എനിക്ക് ഉത്തരമുണ്ടായില്ല. എന്റെ തിരിഞ്ഞുനോട്ടത്തിന് ഇരയാകാതെ അപ്പോഴേക്കും അവൾ മറഞ്ഞിരുന്നു.

ഒരിറ്റു ജലത്തിനായി ഞാൻ ദാഹിച്ചു. ചൂടും വിയർപ്പും തീർത്തും അവശനാക്കി കാലുകൾ നിലത്തുറയ്ക്കാതായിട്ടും ഞാൻ മുന്നോട്ടു തന്നെ പൊയ്ക്കൊണ്ടിരുന്നു. വിശാലമായി പറന്ന് കണ്ണെത്താദൂരത്തോളം കയറിയും ഇറങ്ങിയും കിടന്ന ഇടങ്ങളിൽ അങ്ങിങ്ങായി ചിതൽപ്പുറ്റുകൾപോലെ ചില കെട്ടിടക്കൂട്ടങ്ങളും കാണാമായിരുന്നു.

ഇടിമുഴക്കം പോലുള്ള ചില ശബ്ദങ്ങൾ എന്റെ കാതിൽ പതിക്കുന്നതായി ഞാൻ തിരിച്ചറിഞ്ഞു. നടന്നുകൊണ്ടിരിക്കെ ശബ്ദം കൂടിവന്നു. ആകാംക്ഷയ്ക്കു ശമനമേകാം എന്ന പ്രതീക്ഷയോടെ വീണ്ടും ഞാൻ മുന്നോട്ടു നടന്നു.

എപ്പോഴാ കണ്ണടച്ചു തുറന്നപ്പോൾ ദൃശ്യമായത് വലിയ ഒരു ജനസഞ്ചയം. ഞാൻ അതിശയിച്ചു. വിജനത എത്രവേഗം ഇല്ലാതായിരിക്കുന്നു. കുട്ടികൾ, പെട്ടികൾ, നായകൾ, ആടുകൾ എന്നിവയിൽ കുത്തി നിറയ്ക്കപ്പെട്ട ആ കൂട്ടത്തിലെ മുതിർന്നവരെല്ലാം കഴിയുന്നത്ര വലുതും ചെറുതുമായ ഭാണ്ഡങ്ങൾ താങ്ങിയിരുന്നു. വളരെവേഗം നടന്ന് എവിടെയൊക്കെയോ എത്തിച്ചേരാനുള്ള ധൃതി അവിടെ നടത്തത്തിലും മുഖങ്ങളിലും ഞാൻ കണ്ടു. അവരും എന്നെ കണ്ട ഭാവം നടിച്ചില്ല. ഒതുങ്ങി മാറിനിന്ന എന്നെ കടന്ന് ആ കൂട്ടം കുത്തിയൊഴുകി.

അവരെ സാകൂതം വീക്ഷിച്ചിരിക്കെ സൂര്യനെ നിഷ്പ്രഭമാക്കുന്ന ഒരു പ്രകാശമിന്നലും കർണ്ണപുടം പൊളിക്കുന്ന വലിയ ഒരു ശബ്ദവും എന്നെ വിറപ്പിച്ചു. അപ്പോൾ ജനക്കൂട്ടത്തിൽനിന്നുയർന്ന ശബ്ദം അതിനേക്കാൾ ഉച്ചത്തിലുള്ളതായി. കുട്ടികളും വളർത്തുമൃഗങ്ങളും ഉച്ചത്തിൽ കരഞ്ഞ് കലപിലയായി. അന്തരീക്ഷം അള്ളാഹു, റാം, ജീസസ് വിളികളാൽ നിറഞ്ഞ് മുന്നോട്ടു അതിവേഗം പാഞ്ഞു.

എന്താണ് സംഭവിച്ചുകൊണ്ടിരിക്കുന്നത് എന്നതായിരുന്നു എന്നെ ബാധിച്ചിരുന്ന ഉൽക്കണ്ഠ. ഞാൻ ഏകനായി മുന്നോട്ടോടി. എത്തിയത് ഒരു കെട്ടിടക്കൂട്ടങ്ങളുടെ ഇടയിലേക്കാണ്. ചിലവ നിലംപൊത്തിയും ചിലത് കിളികളൊഴിഞ്ഞ കൂടുകൾപോലെയും കാണപ്പെട്ടു. അവയ്ക്കിടയിലൂടെ ഞാൻ നടന്നു. അങ്ങിങ്ങായി മനുഷ്യരൂപങ്ങൾ ഒറ്റയും പെട്ടയുമൊക്കെയായി ഭാണ്ഡവാഹികളായി കാണപ്പെട്ടു. നിമിഷങ്ങൾക്കുള്ളിൽ അവർ ഒരു സഞ്ചയമായി. പിന്നെ അതിവേഗം നടന്നുതുടങ്ങി.

പെട്ടെന്ന് അവർക്ക് സമീപം തലയുയർത്തിനിന്ന ഒരു വീടിനു മുകളിലേക്ക് എവിടെനിന്നോ ചീറ്റിത്തെറിച്ചെത്തിയപോലെ എന്തോവന്നു വീണു പൊട്ടിച്ചിതറി. പൊടിയും പുകയും അടങ്ങുംവരെ നിലവിളി ശബ്ദങ്ങളും ഞരക്കങ്ങളും ശാപവാക്കുകളും മാത്രമായി എന്റെ ലോകം.

"ഈ നശിച്ച യുദ്ധം മക്കളേയും മാതാപിതാക്കളേയും ബന്ധുജന

ങ്ങളേയും ഇല്ലാതാക്കുന്നു. കണ്ണീർച്ചാലുകൾ കീറി ഇവർ എന്താണ് നേടുന്നത്. ആർക്കുവേണ്ടിയാണിത്. ഈ ദുഃഖം മുഴുവൻ ചേർത്തുവച്ച് ഇടിച്ചുപിഴിഞ്ഞ് മധുരച്ചാറുണ്ടാക്കുന്ന പണിശാല എവിടെയാണ്?"

ആരോ അലറിവിളിക്കുന്ന ശബ്ദം ദയനീയമായ രോദനങ്ങൾക്കിടെ മുഴക്കമായി ഞാൻ കേട്ടു. അല്പനേരത്തെ ഇടവേളയ്ക്കുശേഷം വീണ്ടും ശബ്ദമുഖരിതമായി അന്തരീക്ഷം. എവിടെയെല്ലാമോ എന്തൊക്കെയോ പൊട്ടിത്തകരുന്നു. ഒരു ഊക്കൻ സ്ഫോടനത്തിൽ ഞാൻ ദൂരേക്ക് തെറിച്ചു. അവിടെയും എന്റെ കണ്ണുകൾ മൂടപ്പെട്ടിരുന്നു. ഭയമാണ് എന്നെ ഭരിച്ചിരുന്നത്. എന്നെ ലക്ഷ്യംവച്ച് പിറകേയെത്തി ശത്രുപക്ഷം അസമാധാനത്തിന്റെ ഉഗ്രസ്ഫോടനങ്ങളും പൊടിപടലങ്ങളും സൃഷ്ടിച്ചുകൊണ്ടിരുന്നു. അന്നേവരെ ഇല്ലെന്നു കരുതിയ എന്റെ കഴിവ് ഞാൻ തിരിച്ചറിഞ്ഞു. കാറ്റിനോട് മത്സരിക്കുന്നവനായി ഞാൻ മാറി.

ഊന്നുവടിയും വസ്ത്രങ്ങളും ഉപേക്ഷിക്കപ്പെട്ടവനായി. എത്രദൂരം അങ്ങനെ പോയെന്ന് അറിയില്ല. ശബ്ദകോലാഹലങ്ങൾ അടങ്ങിയെന്ന് തിരിച്ചറിഞ്ഞപ്പോഴേക്കും ശത്രുപക്ഷത്തിന്റെ കൈയിൽപ്പെടാതെ സുരക്ഷിതമായി വീണുകിടക്കാൻ ഒരു മലയ്ക്കു മുകളിലെ കൽക്കൂടാരം എന്റെ കണ്ണിൽപെട്ടിരുന്നു. വീണുകിടന്ന് മരണം മുന്നിൽ കണ്ടവനെപ്പോലെ ഞാൻ ഉരുണ്ടു. ഒരിറ്റു വെള്ളത്തിനായി കൊതിച്ച് ചുറ്റും പരതി. ഭയചകിതനും നിരാശനും തളർച്ച ഉരുകിച്ചേർന്നവരുമായ ഞാൻ വളരെ വേഗം നിദ്രയുടെ മടിയിലേക്ക് അടർന്നുവീണു. അവിടെ നിസ്സഹായരായ മാലാഖമാരെ സർവ്വ ആയുധങ്ങളുമായി വേട്ടയാടി കൊന്നടക്കുന്ന കറുത്തു തടിച്ച ഭീകരരൂപികളെ ഞാൻ കണ്ടു. അവയെ അടിച്ചോടിച്ചപ്പോൾ തണുത്തുറഞ്ഞ മഞ്ഞുമലകൾ എന്റെ മുന്നിൽ തെളിഞ്ഞു. അതിൽ നിന്നൊഴുകിയിറങ്ങിയ അരുവിയിൽനിന്ന് ശുദ്ധജലവും അവിടെ നിറഞ്ഞുനിന്നിരുന്ന സുഗന്ധം പരത്തുന്ന തണുത്ത വായുവും ആവോളം ആസ്വദിച്ചു. അങ്ങനെ ക്ഷീണം വിട്ടകന്നവനായി അതീവ ഉന്മേഷത്തോടെ പുതച്ചുമൂടി ഞാൻ ഉറങ്ങി.

പത്ത്

"**കേ**ൻ യു കം ടു മൈ കൺട്രി ഫോർ എ ടാക്?"

കേദാർനാഥിലേക്കുള്ള യാത്രയിൽ ഒപ്പം കൂടിയ വില്യമിന്റേതായിരുന്നു ചോദ്യം. പ്രയാഗിൽനിന്നുമാണ് വില്യമിനെ പരിചയപ്പെട്ടത്. അവിടെ തീർത്ഥാടകർക്കുവേണ്ടിയുള്ള കൂരകളൊന്നിൽ തീകാഞ്ഞുകൊണ്ടിരിക്കുന്ന എന്റെ അടുത്തേക്ക് അയാളെ ആകർഷിച്ചത് എന്റെ അലിവാർന്ന നോട്ടം ആയിരിക്കണം. നനഞ്ഞൊട്ടി കയറിവന്ന അയാൾക്ക് വേണ്ടിയിരുന്നത് ഉണങ്ങിയ എന്തെങ്കിലും തുണിക്കഷണമായിരുന്നു.

"ഐ ലോസ്റ്റ് മൈ ബേഗ് ഓൺ മൈ വേ. കേൻ യു ഗിവ് മി എനി ഫ്രഷ് ക്ലോത്ത്?"

സ്വാമിമാരും യാത്രക്കാരും കുടിലിന്റെ ഉടമസ്ഥനും അടക്കം ആകെ ഉള്ളിൽ ഉണ്ടായിരുന്നത് 14 പേർ മാത്രം. അതിൽ പന്ത്രണ്ടുപേരും പുതച്ചുമൂടിയിരുന്നത് തീകാഞ്ഞ് തണുപ്പിനെ അകറ്റാൻ ശ്രമിച്ചുകൊണ്ടിരിക്കുകയും കുടിലുടമയായ കച്ചവടക്കാരൻ പരിപ്പുകറിയും റൊട്ടിയും തയ്യാറാക്കുന്ന തിരക്കിലുമായിരുന്നു. ഞാൻ കഴിക്കാനുള്ള വഹകളെക്കുറിച്ച് അയാളുമായി ഇംഗ്ലീഷിൽ സംസാരിക്കുകയായിരുന്നു.

ചപ്രത്തലയും പൂച്ചക്കണ്ണുമായി ആകെ പകച്ചെന്നപോലെ കാണപ്പെട്ട ആ നാല്പതുകാരന്റെ ചോദ്യത്തിന് തീകാഞ്ഞിരുന്നവർ ആരും ഉത്തരമേകിയില്ല. അവർ ചൂടിൽ മുഴികിയിരുന്നു. ആ സുഖത്തിൽ അപരിചിതത്വങ്ങൾ പോലും അവരെ അലട്ടാൻ പര്യാപ്തമല്ലായിരുന്നു. രക്തം പോലും കട്ടപിടിക്കുന്ന തണുപ്പിൽ എത്ര കമ്പിളി പുതച്ചാലും മതിയാകില്ല. അങ്ങനെയുള്ളിടത്ത് നനഞ്ഞൊട്ടി തണുത്തുറഞ്ഞു നില്ക്കുന്ന ഒരാൾക്ക് ഉണങ്ങിയ ഒരു തുണിക്കഷണം നല്കാൻ കഴിഞ്ഞാൽ മലമുകളിലുള്ള സർവ്വ തീർത്ഥാടനകേന്ദ്രങ്ങളിലും പോയാൽ ലഭിക്കുന്ന പുണ്യം ഒരുമിച്ചു കിട്ടുമെന്ന് കാര്യത്തിൽ തർക്കമില്ലെന്ന് എനിക്ക് തോന്നി.

'ഷുവർ' എന്നുപറഞ്ഞ് എന്റെ തുണിക്കെട്ടിലെ സെലിഫിൻ സഞ്ചിയിൽ അത്യാവശ്യഘട്ടങ്ങളിൽ മാത്രം പുറത്തെടുക്കാൻ അലക്കി വെയിൽ മണത്തോടെ മടക്കി സൂക്ഷിച്ചിരുന്ന കറുത്ത കട്ടിപാന്റും ടീഷർട്ടും കമ്പിളിയും അയാൾക്കുനേരെ നീട്ടി. നന്ദിനിറഞ്ഞ കണ്ണുകളോടെ അയാൾ അതുവാങ്ങി. 'താങ്ക്സ്' എന്നു പറഞ്ഞ് പുറത്തേക്കുപോയി. നിമിഷങ്ങൾക്കുള്ളിൽ പുതിയവ ധരിച്ച് പിഴിഞ്ഞെടുത്ത പഴയ വസ്ത്രങ്ങളുമായി വളരെ ഉന്മേഷത്തോടെ ഉള്ളിലെത്തി. എന്റെ അടുത്ത് തീകായാൻ എന്നോടു ചേർന്നിരിപ്പായി.

നിശ്ശബ്ദരായിരിക്കുന്ന മറ്റുള്ളവരിൽനിന്നു ഞങ്ങൾ വ്യത്യസ്തത പുലർത്തി. ഇടയ്ക്ക് ഞങ്ങളിലൊരു സ്വാമി കൂജപോലൊരു പാത്രത്തിൽ നിന്ന് പുകയെടുത്ത് പുറത്തേക്കൂതി ഞങ്ങളുടെ നേരെ നീട്ടി. എല്ലാവരേയുംപോലെ ഞാനും അത് ഉള്ളിലേക്ക് ആഞ്ഞുവലിച്ചു. അല്പം വിമ്മിട്ടം ഉണ്ടായെങ്കിലും അതുവരെ നടത്തം സമ്മാനിച്ച വേദനകളും മരംകോച്ചുന്ന തണുപ്പും പെട്ടെന്ന് ഇല്ലാതായപോലെ തോന്നി. സായിപ്പിനും പുകച്ചുരുൾ ഏറെ ഉന്മേഷം നല്കിയതുപോലെ. അയാൾ വാചാലനായി.

പേര് വില്യംസ്. ലണ്ടൻ പട്ടണത്തിലാണ് വീട്. ജോലി ബിസിനസ്. ദൈവത്തിന്റെ സ്വന്തം നാടുകാണാൻ ഇറങ്ങിയിട്ട് മാസം നാലായി. ഇന്ത്യയിലെ പ്രധാനപ്പെട്ട തീർത്ഥാടന കേന്ദ്രങ്ങളെല്ലാംതന്നെ സന്ദർശിച്ചു കഴിഞ്ഞു. രാമേശ്വരം, ശബരിമല, വേളാങ്കണ്ണി, സെന്റ് തോമസ് മൗണ്ട്, കാശി, ബുദ്ധഗയ, ഹസ്രത്ത്ബൽ, ഡൽഹി ജമാ മസ്ജിദ്, സുവർണ്ണക്ഷേത്രം..... ഞാൻ കേട്ടിട്ടുപോലുമില്ലാതിരുന്ന പുണ്യദേശങ്ങളിൽവരെ വില്യംസ് പോയിക്കഴിഞ്ഞിരുന്നു. കൈലാസയാത്ര കൂടിക്കഴിഞ്ഞ് അടുത്തമാസം തിരിച്ചുപോകും. അങ്ങനെ എല്ലാവരും ഉറങ്ങിയിട്ടും രാത്രിയുടെ ഏതോ യാമത്തിൽ ഞങ്ങൾ അറിയാതെ നിദ്ര ഞങ്ങളെ കീഴടക്കുംവരെ സംഭാഷണം തുടർന്നു.

എന്റെ കഥ ഞാൻ അയാളോട് വിവരിച്ചു. എന്റെ സ്വപ്നങ്ങളും അണക്കെട്ടും രവിയും അപ്പനും അമ്മയും എന്റെ നാടും നാട്ടുകാരും എല്ലാം കഥാപാത്രങ്ങളായി അയാളുടെ മുമ്പിൽ നിരന്നു. അത്ഭുതജീവിയെ എന്നവണ്ണം എന്നെ അയാൾ നോക്കിയിരിക്കുന്നത് ഞാൻ ആസ്വദിച്ച് വർദ്ധിതവീര്യത്തോടെ കാര്യങ്ങൾ വിവരിച്ചു. ഞാൻ എന്തൊക്കെയോ ആണെന്ന ചിന്ത എനിക്കും തോന്നിത്തുടങ്ങി എന്ന കാര്യവും ഞാൻ മറച്ചുവച്ചില്ല. അപ്പോൾ അതേവരെ എന്ന ശ്രദ്ധിച്ചിരുന്ന വില്യമിന്റെ ചുണ്ടുകൾ മന്ത്രിച്ചു.

"സോ യു ആർ സ്പെഷ്യൽ."

അല്പനേരത്തേക്ക് ഞാനും വില്യമും ഒന്നും സംസാരിച്ചില്ല. പിന്നെ ചോദ്യങ്ങളുടെ ഒരു മഹാപ്രവാഹമായിരുന്നു.

"കേൻ യു ഡ്രീം സംതിങ് ആന്റ് പ്രഡിക്റ്റ് എബൗട്ട് മി."

അങ്ങനെയായിരുന്നു തുടക്കം. ജീവിതത്തിന്റെ ലക്ഷ്യം, സൃഷ്ടിച്ചതാര്, മരണശേഷം എവിടെയാകും മനുഷ്യർ, എവിടെനിന്നാണ് ജീവന്റെ ഉത്ഭവം, എന്താണ് ദുഃഖങ്ങളുടെ അർത്ഥം. സംശയങ്ങളുടെ കാര്യത്തിൽ

എന്നേക്കാൾ കേമനാണോ അയാൾ എന്നൊരുവേള എനിക്ക് തോന്നിപ്പോയി. നിയതമായ ഉത്തരം ഇതേവരെ ആരും നല്കിയിട്ടില്ലാത്ത എല്ലാം ചേർത്തുരുക്കി ഉണ്ടാക്കിയതായിരുന്നു അയാൾ എയ്തുവിട്ട ശരങ്ങൾ. ആവേശത്താൽ അണയ്ക്കുംവരെ മണിക്കൂറോളം ചോദ്യങ്ങളും ഉപചോദ്യങ്ങളുമൊക്കെയായി വില്യം എന്റെ ശ്രദ്ധകവർന്നു.

അയാൾ നിർത്തിയെന്നുറപ്പാക്കി ഞാൻ പറഞ്ഞു.

"താങ്കളുടേതിൽനിന്നു വ്യത്യസ്തമല്ല എന്റെ അവസ്ഥയും എന്ന് മനസ്സിലാക്കിക്കാണുമല്ലോ. എല്ലാത്തിനും ഉത്തരം ലഭിക്കാതെ ഞാൻ കലഹചിത്തനല്ലാതാകാതെ എനിക്കും മടക്കമില്ല. താങ്കളും അങ്ങനെ എന്നു ഞാൻ കരുതുന്നു."

"നോ മാൻ ഐ ഹേവ് ടു ഗോ"

തന്റെ രാജ്യത്ത് ഇല്ലാത്ത എന്തൊക്കെയോ ദൈവങ്ങളുടെ നാട്ടിൽ ഉണ്ടാകുമെന്ന് കരുതിയാണ് എത്തിയതെന്നും എന്നാൽ ഇതേവരെ കണ്ടെത്താനാകാത്തതിനാലും നാട്ടിൽ വിളവെടുപ്പിന്റെ സമയമായതിനാലും പോകേണ്ടതുണ്ടെന്ന് വില്യം പറഞ്ഞു.

"എന്റെ രാജ്യത്ത് പട്ടിണിപ്പാവങ്ങൾ ആരുമില്ല. രോഗികളേയും യാചകരേയും വീടുകളിൽ പാർപ്പിച്ച് രാജകീയമായി ശുശ്രൂഷിക്കാൻ സർക്കാർ സംവിധാനം ഒരുക്കിയിട്ടുണ്ട്. അതുകൊണ്ടുതന്നെ ആർക്കും ജീവിതത്തക്കുറിച്ച് ആകുലതകളില്ല. ജോലിചെയ്തും അല്ലാതെയും കിട്ടുന്നതുകൊണ്ട് തീരുംവരെ കുടിക്കുകയും പാടുകയും ആടുകയും സംഭോഗത്തിലേർപ്പെടുകയുമൊക്കെ ചെയ്ത് ജീവിതം ആസ്വദിക്കുന്നവരാണ് ഭൂരിഭാഗവും. കുടുംബമോ മക്കളോ മാതാപിതാക്കളോ അവർക്ക് ആരുമില്ല. സ്വന്തം സുഖം അതാണ് അവരുടെ മതവും ദൈവവും തത്ത്വചിന്തയും. എന്തിനാണ് ഇങ്ങനെ ജീവിക്കുന്നതെന്നോ അവസാനം എന്താകുമെന്നോ ചിന്തയില്ല. എപ്പിക്കുറിയന്മാരെപ്പോലെ ജീവിതത്തെ വീഞ്ഞുപോലെ ഒഴിച്ചുകുടിച്ച് ആസ്വദിക്കുകയാണവർ. ഇതെന്തു ജീവിതം. ഇതിനൊക്കെ ആത്യന്തികമായി എന്തർത്ഥമാണുള്ളത്?"

വില്യം ചോദിച്ചു.

"വില്യം ലിസൺ" ഞാൻ പറഞ്ഞു. "ഹിമാചൽ താഴ്വരയിലെ കുന്നിൻ മുകളിൽ ഒരു ഗുരുവുണ്ട്. അദ്ദേഹം എല്ലാത്തിനും ഉത്തരം നല്കുമെന്നാണ് ഞാൻ കേട്ടിട്ടുള്ളത്."

കൂടെ വരാമെന്ന് ഞാൻ ക്ഷണിച്ചു. പക്ഷേ, വില്യമിന് ബിസിനസ് സംബന്ധമായി ഏതാനും കാര്യങ്ങൾ ചെയ്തു തീർക്കാനുണ്ടെന്നും ഇനിയുള്ള ദിവസങ്ങൾ അതിനുള്ളതാണെന്നും അയാൾ പറഞ്ഞു.

പുലർച്ചെ ഒരു കടുംചായയും കഴിച്ച് മറ്റ് തീർത്ഥാടകർക്കൊപ്പം ഞങ്ങളും യാത്ര ആരംഭിച്ചു. നിർത്താതെയുള്ള വർത്തമാനവും. ചുറ്റും മനോഹരമായ മഞ്ഞുമലകൾ. ഇടുങ്ങിയ വഴിയിൽ എതിരേവരുന്ന കുതിരകളും കഴുതകളും പല്ലക്കുകളും മലകളും അരുവികളും വെള്ളച്ചാട്ടങ്ങളും ഞങ്ങൾ കടന്നു. മഞ്ഞുറഞ്ഞ് തെന്നിക്കിടന്ന യാത്രയിൽ വീഴാതെ ലക്ഷ്യത്തിലെത്താൻ അസാമാന്യ പാടവവും ഇച്ഛാശക്തിയും വേണമെന്നായിരുന്നു വില്യമിന്റെ പക്ഷം. അതിൽ എനിക്ക് തർക്കമുണ്ടായിരു

ന്നില്ല. എന്നാൽ ദൈവത്തിന്റെ സ്വന്തം നാട്ടിലെ മതസൗഹാർദ്ദത്തെക്കുറിച്ച് അയാൾ വാചാലനായപ്പോൾ ഞാൻ തർക്കിച്ചു. ഒടുവിൽ വില്യം പറഞ്ഞു.

"ഐ തോട്ട് യുവർ കൺട്രി ഈസ് ബെറ്റർ ദാൻ അവേഴ്സ് ഇൻ ദിസ് റിഗാഡ്."

യാത്രയ്ക്കിടെ ഗൗരികുണ്ഡിൽ അല്പം വിശ്രമം. തീർത്ഥാടകർക്കെല്ലാം ലഘു ഭക്ഷണത്തിനുള്ള സാഹചര്യമെല്ലാമുണ്ട് അവിടെ. സംഭാഷണം തുടർന്നു. എന്തിനാണ് നമുക്ക് മതങ്ങൾ എന്ന് ഞാൻ അയാളോട് ചോദിച്ചു. മതങ്ങളുടെ പേരിൽ തമ്മിൽത്തല്ലി ചാകുകയും അസാമാധാനം സൃഷ്ടിക്കുകയും ചെയ്യുന്നത് വിഡ്ഢിത്തമാണെന്നും ഞാൻ വാദിച്ചു. അയാൾ അതെല്ലാം സാകൂതം കേട്ടുകൊണ്ടിരുന്നു. ഇടയ്ക്ക് ഞാൻ ഭദ്രമായി സൂക്ഷിച്ചിരുന്ന എന്റെ ഡയറിയെടുത്ത് അയാളെ വായിച്ച് കേൾപ്പിച്ച് അത് ഇംഗ്ലീഷിൽ പരിഭാഷപ്പെടുത്തി നല്കി.

'മതമില്ലാത്ത രക്ഷ' എന്ന തലക്കെട്ടിൽ അസാമാധാനം സൃഷ്ടിക്കുന്ന മതങ്ങളുടെ പേരിൽ തമ്മിൽത്തല്ലി ചാകുന്നതിനേക്കാൾ മതമില്ലാത്ത, 'ഫിലോസഫി ഓഫ് നാചറൽ എൻഡിൽ' വിശ്വസിച്ച് സമാധാനത്തോടെ ജീവിക്കുന്നതാണ് അഭികാമ്യം എന്ന കാഴ്ചപ്പാട് ഞാനയാൾക്ക് വിവരിച്ചു നല്കി.

പുല്ക്കൊടിയടക്കം പ്രകൃതിയിലെ എല്ലാ ജീവവസ്തുക്കളും പ്രകൃതിയിൽ പ്രത്യക്ഷപ്പെട്ട് വളർന്ന് പൂക്കുകയോ കായ്ക്കുകയോ ഒക്കെ ചെയ്ത് വാടിവീണ് മണ്ണിൽ വീണലിയുന്നു. അത് പ്രകൃതി നിയമമാണ്. പിന്നെന്തിനാണ് കലഹം? നമ്മെ പ്രകൃതിക്ക് വിട്ടുനല്കാം. നമ്മിൽ അലിഞ്ഞിരിക്കുന്ന പ്രകൃതിയുടെ സത്തയായ മനഃസാക്ഷിയാകട്ടെ നമ്മുടെ നിയമം. മണ്ണിൽ അലിഞ്ഞു ചേരുന്നതിനൊപ്പം സത്തയായി മറ്റെന്തെങ്കിലുമുണ്ടെങ്കിൽ അത് തനിയെ നമ്മെ തേടിയെത്തിക്കൊള്ളും.

വിശേഷബുദ്ധി അവനെ പ്രകൃതിയിൽ നിന്നകറ്റി സ്വതാല്പര്യങ്ങൾ സംരക്ഷിക്കുന്ന ഹിംസ്രജന്തുവാക്കി മാറ്റുമ്പോൾ അവന് സമാധാനം നഷ്ടമാകുന്നുവെന്ന് ഞാൻ വാദിച്ചു. മതവും ദിവ്യന്മാരും ഇല്ലെങ്കിൽ മനുഷ്യന് സന്തോഷവും സമാധാനവും രക്ഷയുമില്ലെന്ന വാദത്തെ ചുറ്റിപ്പറ്റിയായി തുടർന്നുള്ള യാത്രയിലെ വാദപ്രതിവാദങ്ങൾ.

റോമിൽ നടന്ന രണ്ടാംവത്തിക്കാൻ കൗൺസിന്റെ കണ്ടെത്തലുകളും സിഗ്മണ്ട് ഫ്രോയിഡും കാൾ മാർക്സും നീഷെയും പ്ലേറ്റോയുമെല്ലാം ഇതിനിടെ കടന്നുവന്നു. ചർച്ച മുറുകിയപ്പോൾ ദുർഘടവും ചെങ്കുത്തായതും ഏറെ അപകടം പിടിച്ചതുമായ പാതകൾ അനായാസം പിന്നിടുന്നത് ഞങ്ങൾ അറിഞ്ഞതേയില്ല.

കേദാർനാഥിലെത്തി മനോഹരമായ ക്ഷേത്രത്തിനുള്ളിലെ പഞ്ചപാണ്ഡവരുടെയും പാഞ്ചാലിയുടെയും കരിങ്കൽ വിഗ്രഹങ്ങളും ശിവലിംഗവും ദർശിച്ച് പുറത്തിറങ്ങി വിശ്രമിക്കവെയായിരുന്നു വില്യമിന്റെ ക്ഷണം. അത് വളരെ തമാശയായി മാത്രമേ ഞാൻ കരുതിയുള്ളൂ. എന്നാൽ രണ്ടാഴ്ചയ്ക്കുള്ളിൽ എനിക്കും ഒപ്പം പോകാനുള്ളതെല്ലാം തയ്യാറാക്കി വില്യം എന്നെ അതിശയിപ്പിച്ചു.

പതിനൊന്ന്

വലിയ ഒരു കുന്നിൻ മുകളിലാണ് ഗുരു. അദ്ദേഹത്തെ നേരിൽ കാണണം. നഗരത്തിൽനിന്നുള്ള പ്രധാന പാതകളെല്ലാം അങ്ങോട്ട് വാതിൽ തുറന്നിട്ടുണ്ട്. ജാതി, മത, വർഗ്ഗഭേദങ്ങളില്ലാതെയാണത്രേ അങ്ങോട്ടുള്ള ഒഴുക്ക്. വളരെ ദൂരെ നിന്നുതന്നെ ഏതു ദിക്കിൽനിന്നും പൊട്ടുപോലെ ആ പുണ്യഗേഹം കാണാം. പച്ചപ്പുനിറഞ്ഞ ആ മലയിൽ അങ്ങനെ ഒന്ന് ഉള്ളതായും ലക്ഷങ്ങൾ ദിനവും കയറിയിറങ്ങുന്നതായും തോന്നുകയേ ഇല്ല.

ഞാൻ എന്റെ വടിയൂന്നി ആഞ്ഞാഞ്ഞ് നടന്നു. എത്രയും വേഗം ഗുരുവിനെ കാണണം. എന്റെ പ്രശ്നങ്ങളുടെയും സംശയങ്ങളുടെയും കെട്ട് അവിടെ അഴിച്ചിട്ട് അവയുടെ ഭാരം വീണ്ടും എന്നെ അലട്ടാതിരിക്കാനും ഭാരരഹിതനായി വടിയും ഉപേക്ഷിച്ച് നടക്കാനുമുള്ള മാർഗ്ഗം തേടണം.

ആഢംബര വാഹനങ്ങൾ മുതൽ സൈക്കിൾറിക്ഷ വരെയുണ്ട് എന്റെ ഒപ്പം മത്സരിക്കാൻ. പക്ഷേ, ഞാൻ അവയേയും നടന്നു നീങ്ങുന്നവരേയും വളരെ പിന്നിലാക്കുന്നതായി എനിക്കുതോന്നി. ഇനിയുമുണ്ട് ഏറെ നടക്കാനെന്ന് ദിശാ സൂചകപ്പലകകൾ എന്നെ കാണിച്ചുതന്നു കൊണ്ടിരുന്നു. ഇടയ്ക്ക് വലിയ വീഥികളും ചെറുവഴികളും ഒന്നിച്ചു ചേർന്ന് അവ മഹാ തടാകത്തിലേക്ക് ചെറുപുഴകളെന്നപ്പോലെ ലയിക്കുന്നതും കാണാമായിരുന്നു.

ലക്ഷങ്ങളുടെ മഹാപ്രവാഹം മലയുടെ നാലുദിക്കിൽ നിന്നുമെത്തി അടിവാരത്തെത്തി ഒന്നാകുന്നു. അവിടം ശരിക്കും മനുഷ്യ സമുദ്രമായിരുന്നു. വാഹനങ്ങൾ നിർത്തിയിടാനും ഭക്ഷണം കഴിക്കാനും വിനോദങ്ങളിലേർപ്പെടാനും കുളിക്കാനുംവരെ സൗകര്യങ്ങൾ അവിടെ ഉണ്ടത്രെ.

ഇനിയും മൈലുകൾ താണ്ടണം ഗുരുവിനടുത്തെത്താൻ. പക്ഷേ, ജനത്തിരക്കിൽ ഞാൻ അകപ്പെട്ടു. പലരും ഈ അവസ്ഥയിൽ മുന്നോട്ടോ പിന്നോട്ടോ അനങ്ങാൻ പോലുമാകാതെ എന്തു ചെയ്യണമെന്നറിയാതെ വിഷമിച്ച് നില്ക്കുന്നത് ഞാൻ കണ്ടു. ഇങ്ങനെ ഒരവസ്ഥ ഇവിടെ സ്ഥിരമാണത്രേ. അല്പം കഴിഞ്ഞാൽ ശരിയാകും എന്ന് ആരോ പറയുന്നതു കേട്ടു.

"നിങ്ങൾ എങ്ങോട്ടാണ്?"

അടുത്തു കുടുങ്ങി നിന്നിരുന്ന ഒരു ചെറുപ്പക്കാരൻ എന്നോടു ചോദിച്ചു.

"ഗുരുവിനെ കാണാൻ" – ഞാൻ ഉത്തരം നല്കി.

"ഞാനും അങ്ങനെ തന്നെ."

അയാൾ തുടർന്നു.

"പക്ഷേ, പറ്റുമെന്ന് തോന്നുന്നില്ല."

"എന്തുകൊണ്ട്?" എനിക്ക് ആകാംക്ഷയായി.

"ദുർഘടവും വന്യമൃഗങ്ങൾ നിറഞ്ഞതുമായ ദീർഘദൂര യാത്ര മിക്കവരും ഒഴിവാക്കുകയാണ് പതിവ്. പകരം ഇവിടെ പലയിടങ്ങളിൽ സ്ഥാപിച്ചിട്ടുള്ള ഗുരുവിന്റെ കൽപ്രതിമകൾ ദർശിച്ച് പണം നിക്ഷേപിച്ച് മടങ്ങും. അത്തരത്തിലൊന്നാണ് അവിടെ കാണുന്ന തിക്കിത്തിരക്കലിനിടയിൽ ഉയർന്നു നില്ക്കുന്നത്."

അയാൾ കൈ ചൂണ്ടിയ ദിശയിലെ ബഹളവും നിയന്ത്രണാതീതമായ തിരക്കും അപ്പോഴാണ് ഞാൻ ശ്രദ്ധിക്കുന്നത്.

ഇതിനിടെ കുരുക്കഴിഞ്ഞുക്കഴിഞ്ഞു. ഞങ്ങൾക്കു മുന്നോട്ടു നീങ്ങാമെന്നായി. ഇഴഞ്ഞു നീങ്ങുന്നവർക്കിടയിലൂടെ വേഗം ഞാൻ നടന്നു. എത്രയും വേഗം ഗുരുസന്നിധിയിലെത്താനുള്ള ആവേശത്തിലായിരുന്നു ഞാൻ. എന്റെ ധൃതികണ്ട് രോഷം പൂണ്ട ചിലർ അസഭ്യവർഷം ചൊരിയുകയും ചിലർ കളിയാക്കി ചിരിക്കുന്നുമുണ്ടായിരുന്നു. എന്നാൽ അതൊന്നും കണ്ടതായോ കേട്ടതായോ ഞാൻ ഭാവിച്ചില്ല.

എല്ലാ നിരത്തുകളിലും വഴിയോരക്കച്ചവടക്കാർ സജീവമായിരുന്നതാണ് യാത്ര ഇത്ര ദുഷ്കരമാക്കുന്നതെന്ന തിരിച്ചറിവ് അവയെ ഒഴിവാക്കി നടക്കാൻ എന്നെ പ്രേരിപ്പിച്ചു പക്ഷേ, കഴിഞ്ഞില്ല. ധൃതികൂടിയവനെങ്കിലും എല്ലാവരേയുംപോലെ അവരോടൊപ്പം ഞാനും നടന്നു. ചിലയിടങ്ങളിൽ ആഹാരം വാങ്ങിക്കൂട്ടി ആർത്തിയോടെ വലിച്ചുവാരി തിന്നുന്നവരെ കണ്ട് എന്റെ നാവിൽ വെള്ളമൂറി. നോട്ടം പിൻവലിച്ച് ഞാൻ നടന്നു. കുപ്പിവെള്ളവും മധുരപാനീയങ്ങളും അവിടെ വ്യാപകമായി വിറ്റഴിക്കപ്പെടുന്നത് കാണാമായിരുന്നു. മടുപ്പിക്കുന്ന ഒരു ഗന്ധം അന്തരീക്ഷത്തിൽ തങ്ങി നിന്നിരുന്നു. വറുത്തുകോരുന്നതിന്റെയും ഭക്ഷണാവശിഷ്ടങ്ങൾ ചീഞ്ഞു നാറുന്നതിന്റെയും ഒരു കൂടിച്ചേരൽ ആയിരുന്നു അത്.

വേണ്ടതും വേണ്ടാത്തതുമായ സാധനങ്ങൾ വാങ്ങിക്കൂട്ടുന്നവരുടെ

തിരക്കാണ് എങ്ങും. എല്ലാവർക്കും ഭാരവും വലിപ്പവും വഹിക്കാനുണ്ട്. ഗുരുചൈതന്യവും ശാന്തതയും നിറഞ്ഞുനില്ക്കുന്ന ഇടത്തേക്കാൾ ഒരു കച്ചവടകേന്ദ്രം എന്ന വിശേഷണം ആ ഇടത്തിന് നല്കാനാണ് എനിക്ക് തോന്നിയത്.

മദ്യപിച്ച് ലക്കുകെട്ട് ഉറങ്ങുന്നവരെയും, ആരും കാണുന്നില്ല എന്ന മിഥ്യാധാരണയോടെ പ്രേമ ചേഷ്ടകളിലും വേഴ്ചകളിലും മുഴുകുന്നവരെയും എന്റെ കണ്ണുകൾ കണ്ടുപിടിച്ചു. ഞാൻ നടന്നുകൊണ്ടിരുന്നു. കച്ചവടത്തിരക്കിൽ മുങ്ങി ആനന്ദിക്കുന്നവരോട് എനിക്ക് അവജ്ഞയും വെറുപ്പുംവരെ തോന്നിപ്പോയി. എന്തിനുവേണ്ടിയാണ് അവിടെ എത്തിച്ചേർന്നത് എന്ന കാര്യം മറന്ന് പ്രവർത്തിക്കുന്നവർ എന്താണ് തങ്ങൾ അവിടെ ചെയ്യുന്നതെന്ന് ചിന്തിക്കുകയെങ്കിലും ചെയ്തിരുന്നെങ്കിൽ കുറഞ്ഞപക്ഷം ചുമടെടുത്ത് തളരാതെയെങ്കിലും കഴിയുമായിരുന്നവർക്ക്. തിരക്കിൽപെട്ട് ഗുരുവിലേക്കുള്ള വഴികണ്ടെത്താതെ അലയുന്നവർക്കും കുടുങ്ങിപ്പോയവർക്കും നേർവഴി ലഭിക്കണമെന്ന് ഞാൻ ആഗ്രഹിച്ചു. അവരോട് എനിക്ക് അനുകമ്പ തോന്നി.

ഒടുവിൽ ഞാനത് കണ്ടെത്തി – ഗുരുവിലേക്കുള്ള വഴി. തിരക്കിൽ നിന്നൊഴിഞ്ഞ് അലങ്കാര ദീപങ്ങളോ ആരവങ്ങളോ ഇല്ലാത്ത ഒരു ഇടുങ്ങിയ പാതയ്ക്കരികിലായിരുന്നു അത്. അവിടെ ചൂണ്ടു പലകപോലും ഉണ്ടായിരുന്നില്ല.

“എന്തേ ഈ നിരത്തിൽ തിരക്കില്ലാത്തത്?”

അവിടുത്തെ പ്രത്യേകതകൾ കണ്ട് എത്തിയ ഞാൻ കവാടത്തിനു മുമ്പിൽ ഭക്തിഗാനങ്ങൾ വിറ്റുകൊണ്ടിരുന്ന മുഖത്തു വസൂരിക്കല നിറഞ്ഞ് വിരൂപനായ കിളവനോടു ചോദിച്ചു.

“അധികം ആളുകൾ ഈ വഴി വരാറില്ല. കൽപ്രതിമ ദർശനം നടത്താനും വ്യവഹാരങ്ങളിൽ ഏർപ്പെടാനും ഇവിടെയെല്ലാം സൗകര്യവുമുള്ളപ്പോൾ എന്തിനാണ് മണിക്കൂറുകൾ ചെങ്കുത്തായ ദുർഘടപാതകൾ താണ്ടണം?” അയാൾ ചോദിച്ചു.

അവിടങ്ങളിൽ ചില ചെറുകൂടാരക്കടകൾകൂടി കാണാമായിരുന്നു. അവയിലേക്ക് എന്റെ കണ്ണുകൾ പായവേ അയാൾ പറഞ്ഞു.

“താങ്കൾ ഗുരുവിന്റെ ഗാനങ്ങൾ വാങ്ങാൻ മറ്റെവിടെയും പോകേണ്ടതില്ല. എല്ലാം ഇവിടെയുണ്ട്. ഇവ ശ്രവിച്ചാൽ മലമുകളിൽ ഗുരുവിനെ ശ്രവിക്കുന്ന സുഖം ലഭിക്കുമെന്നാണ് ഇതിന്റെ നിർമ്മാതാക്കാൾ അവകാശപ്പെടുന്നത്. തീർച്ചയായും ഇവ താങ്കൾക്ക് ഒരു മുതൽക്കൂട്ടായിരിക്കും. ദയവായി ഒരെണ്ണം വാങ്ങിയാലും.”

അയാൾ ഗാനങ്ങൾ പതിപ്പിച്ച ഒരു പതക്കം എന്റെ നേരെ നീട്ടി. പിന്നെ പറഞ്ഞു.

“ഡിസംബറിലെ ഈ തണുപ്പിന് ഈ ഗാനങ്ങൾ ഇരട്ടി സുഖം നല്കും.”

“ഗുരുവിനെ കാണാൻ ഉറച്ച എന്നെ ഇവ സഹായിക്കുമെന്ന് ഞാൻ

കരുതുന്നില്ല. ആയതിനാൽ എനിക്ക് നിങ്ങളുടെ സഹായം നിരസിക്കാതെ തരമില്ല. ഞാൻ പറഞ്ഞു."

അയാൾ നിരാശനായി പിറുപിറുത്തു.

"ഗുരുവിനെ കണ്ട് നന്നാകാനിറങ്ങിയിരിക്കുന്നു ശവങ്ങൾ."

അതൊന്നും കേട്ടതായി നടിക്കാതെ ഞാൻ എന്റെ യാത്ര തുടർന്നു.

പറഞ്ഞറിഞ്ഞപോലെ വഴി പാറകൾ നിറഞ്ഞും കുത്തനെയുള്ള കയറ്റങ്ങൾകൊണ്ടും ശരിക്കും ദുർഘടമായിരുന്നു. മുന്നോട്ടുപോകും തോറും യാത്ര മടുപ്പിക്കുന്നതായി. വഴികളിൽ ഇടയ്ക്ക് തുണി വലിച്ചു കെട്ടിമറച്ച ചില കടകൾ കാണാനായി.

'ദിവ്യശക്തിയുള്ള ഏലസുകൾ, ലോക്കറ്റുകൾ, തകിടുകൾ, പൊടികൾ എന്നിവ ഇവിടെ ലഭ്യമാണ്' എന്ന് ചിലവയ്ക്ക് മുന്നിൽ ചെറിയ കാർഡ്ബോർഡുകളിൽ എഴുതി പതിപ്പിച്ചിരുന്നു.

"അസാദ്ധ്യമായ കാര്യങ്ങൾ ഇവ ധരിച്ചാൽ നിങ്ങൾക്ക് ലഭിക്കും. വില തുച്ഛം, ഗുണം വളരെ മെച്ചം. വാങ്ങുവിൻ വാങ്ങി അനുഗ്രഹങ്ങൾ സഫലീകൃതമാക്കുവിൻ."

ഇങ്ങനെ കടയ്ക്കു മുന്നിൽനിന്ന് വിളിച്ചുപറയുന്നവരേയും കണ്ടു.

ചിലവയുടെ ആകർഷണം ഗുരുവിന്റെ ബഹുവർണ്ണ ചിത്രങ്ങളായിരുന്നു. ചിലതിൽ ഗുരുവിനെക്കുറിച്ചുള്ള പുസ്തകങ്ങൾ അടുക്കിവച്ചിരുന്നു. മുന്നോട്ടു പോകുന്തോറും അവയുടെ എണ്ണം കുറഞ്ഞുവന്നു. ആ വഴിയിൽ എന്നോടൊപ്പം യാത്ര ചെയ്തിരുന്ന പലരും ഗുരുവിന്റെ ഗാനങ്ങളും ഏലസും പുസ്തകങ്ങളുമായി മടങ്ങുന്നതു കാണാമായിരുന്നു. അല്പം കൂടി ബുദ്ധിമുട്ട് സഹിച്ചാൽ ഗുരുവിനെ ദർശിക്കാമെന്നായിട്ടും ഇക്കാര്യം ബോദ്ധ്യപ്പെടാത്തവർ എന്ന പോലെ പലരും പാതിവഴിയിലും മുക്കാൽ വഴിയിലുമൊക്കെ ഓരോരോ സാധനങ്ങൾ വാങ്ങി മടങ്ങാൻ ഇഷ്ടപ്പെട്ടു.

സന്ധ്യാ സമയം. അതൊരു ഗുഹയായിരുന്നു. വിശാല കവാടത്തോടെയുള്ളത്. അതിന്റെ മുറ്റം നല്ല വൃത്തിയും വെടിപ്പുമുള്ളതും വിശാലവുമായിരുന്നു. അത്തരത്തിലൊന്ന് ഞാൻ അവിടെ പ്രതീക്ഷിച്ചതേ ആയിരുന്നില്ല. പിന്നിട്ട വഴികളിൽ അനുഭവിച്ച എല്ലാ പ്രതിബന്ധങ്ങളും ക്ഷീണവും ആ കാഴ്ച എന്നിൽ നിന്നകറ്റി. അവിടെ ഒരു പാദരക്ഷ പോലും എനിക്ക് അവിടെ കാണാൻ കഴിഞ്ഞില്ല.

"ജോസഫ് അകത്തേക്ക് വരാം."

അപ്പോൾ ഒരശരീരി മുഴങ്ങി.

ഗുരു എല്ലാം അറിയുന്നു. വളരെ നിവർന്ന് ഞാൻ മുന്നോട്ടുനടന്നു. കുറച്ചു ചുവടുകൾ ഉയർന്നുകയറി. അപ്പോൾ അവിടെ അഭൗമമായ ഒരു പ്രകാശം കണ്ടു. ആരേയും കാണാൻ കഴിയാതെ അമ്പരന്ന് പ്രകാശത്തിളക്കത്തിൽ ഞാൻ നില്ക്കവേ വീണ്ടും അശരീരിയോടൊപ്പം തൂവെള്ള മുടിക്കെട്ടും അരയ്ക്കൊപ്പം നീണ്ടുവളർന്ന താടിയുമായി ഒരു രൂപം അതിൽ പ്രത്യക്ഷനായി.

"നിനക്ക് നന്നേ ദാഹിക്കുന്നും വിശക്കുന്നുമുണ്ട്. അല്ലേ?"

ഞാൻ തലയാട്ടി.

"നിന്റെ വലതുഭാഗത്തുള്ള പാറയുടെ പാർശ്വത്തിലെ വിടർന്ന വിള്ളലിൽനിന്ന് നീര് കോരികുടിക്കുകയും മുകളിൽ തളികയിൽ വച്ചിരിക്കുന്നത് ഭക്ഷിക്കുകയും ചെയ്യുക."

ഞാൻ അതനുസരിച്ചു. ഇരുകൈകളും കൊണ്ട് കുമ്പിൾ കുത്തി വലതുഭാഗത്ത് ഉയർന്നു കണ്ട പാറയുടെ പാർശ്വത്തിൽ കാണപ്പെട്ട കുഴിയിൽനിന്ന് അതിവേഗം ജലം കോരിക്കുടിച്ചു. അന്നേവരെ രുചിക്കാത്ത സവിശേഷതകൾ ഉണ്ടായിരുന്നു അതിന്. അതിനാൽ ദാഹം അകന്ന ശേഷവും ഞാൻ എന്റെ കവിളുകൾ നിറച്ചിറക്കി. എന്റെ നാവിൽ ഊറിക്കിടന്നിരുന്ന ക്ലോറിൻ കുഴമ്പിന്റെ അരോചകമായ വഴുവഴുപ്പിൽനിന്നു മുക്തനായതായി എനിക്ക് അനുഭവപ്പെട്ടു.

ഉന്മേഷം കൈവരിച്ച ഞാൻ തെല്ലൊരാശങ്കയോടെ ഒരു പരന്ന പാത്രത്തിൽ കല്ലിനു മുകളിൽ വച്ചിരുന്ന എന്തോ ഒന്ന് എടുത്ത് ഭക്ഷിക്കാൻ തുടങ്ങി. അതേവരെ രുചിച്ചിട്ടില്ലാത്ത ഏതോ ഒരു വിശേഷ വിഭവമായിരുന്നു അത്. മതിമറന്ന് നിമിഷങ്ങൾക്കുള്ളിൽ മുഴുവനും ഞാനതകത്താക്കി. ഏമ്പക്കവും സുഖകരമായി.

അപ്പോൾ അതുവരെ എന്റെ മൂക്കിനെ ഗ്രസിച്ചു ചുറ്റിനിന്ന ഉളുമ്പു മണം അത്ഭുതമെന്നോണം എന്നെ വിട്ടകന്നത് ഞാൻ അറിഞ്ഞു. അഭൗമമായ ഒരു സുഗന്ധം അവിടെ നിറഞ്ഞു. നാസാരന്ധ്രങ്ങൾ നന്നായി വികസിപ്പിച്ച് നീട്ടിവലിച്ച് ആവോളം ഞാൻ അകത്താക്കി. "നിന്റെ ദിനവൃത്താന്തക്കുറിപ്പിൽ അടയാളപ്പെടുത്തിയിരിക്കുന്നതെല്ലാം ഞാൻ അറിയുന്നു. അവയ്ക്കുത്തരം തേടി നീ അലയുകയായിരുന്നു എന്നായിരിക്കും നിന്റെ പക്ഷം. എന്നാൽ സത്യമതല്ല. ഞാൻ നിന്നെ തേടിവരികയായിരുന്നു."

ഗുരുവിന്റെ ഈ വാക്കുകൾ, എന്നെ വിട്ടകന്നു തുടങ്ങിയിരുന്ന അമ്പരപ്പ് പൂർവ്വാധികം ശക്തിയോടെ ഉദിച്ചുയരാൻ കാരണമായി.

"നിന്റെ കൈയിൽ എന്താണ്?"

"വടി."

ഞാൻ പറഞ്ഞു.

"എന്തിനാണ് നീ അത്തരത്തിൽ ഒന്ന് രൂപപ്പെടുത്തിയത്?"

വീണ്ടും ചോദ്യം

"ഊന്നി വേഗം നടക്കാനും വീണു പോകാതിരിക്കാനും."

"അത് പുറത്തേക്കെറിയുക."

ശബ്ദം എന്നോടാജ്ഞാപിച്ചു. ഞാൻ അപ്രകാരം ചെയ്തു.

"ആ വടി പോലെയാണ് നിന്റെ ജീവിതവും. ഒരു ലക്ഷ്യത്തോടെയാണ് നീയും ഇവിടെ പിറവിയെടുത്തിട്ടുള്ളത്. നീ രൂപപ്പെടുത്തിയ വെറും ഒരു വടിയെക്കുറിച്ച് നിനക്ക് ഒരു ലക്ഷ്യമുള്ളതുപോലെ നിന്നെ ഈ ഭൂമിയിൽ അവതരിപ്പിക്കപ്പെട്ടതിൽ നിന്നിൽ ഒരു ദൗത്യം ഇല്ല എന്നു പറയാനാകുമോ? മറിച്ച് നിനക്ക് തെളിയിക്കാനാകുമോ?

സത്യം തേടുന്നവൻ അത് കണ്ടെത്തുന്നു. അഥവാ അത് അവനെ തേടിവരുന്നു. സത്യത്താൽ സ്വതന്ത്രനാക്കപ്പെടാനുള്ള അന്വേഷണമാണ് അവന്റെ ജീവിതം. ഈ തിരിച്ചറിവുകൾ ലഭിച്ചവന് ദുഃഖവും ദുരിതവും യുദ്ധങ്ങളും ദൈവങ്ങളും മതങ്ങളുമൊന്നും ഉത്തരം ലഭിക്കാത്ത ചോദ്യങ്ങളല്ല. ജീവന്റെ ജലവും ഭക്ഷണവുമാണ് നീ കണ്ടെത്തി അനുഭവിച്ചത്. നിന്റെ ബുദ്ധിയും മനസ്സും പ്രകാശിതമായിരിക്കുന്നു.”

ഓരോരുത്തരേയും കുറിച്ച് സർവ്വശക്തനായ സ്രഷ്ടാവിന് വലിയ പദ്ധതി ഉണ്ട് എന്നത് പലകുറി പള്ളിപ്രസംഗങ്ങളിൽ ഞാൻ കേട്ടിട്ടുള്ളതാണ്. അന്നിത് എന്നിൽ പ്രവേശിക്കാതെ പാറി നടക്കുകയായിരുന്നിരിക്കണം. ഗുരുവിന്റെ വാക്കുകൾ പിന്നേയും എന്റെ ഹൃദയ പാത്രത്തിൽ വീണു മുഴങ്ങിക്കൊണ്ടിരുന്നു.

ഇടയ്ക്ക് വല്ലാത്ത ഒരു ആലോചന എന്നെ പിടികൂടി. എന്തായിരിക്കും എന്നെക്കുറിച്ചുള്ള പദ്ധതി? അങ്ങനെ ഒന്നുണ്ടെങ്കിൽ എനിക്കത് വെളിപ്പെട്ടു കിട്ടാത്തതെന്ത്. എവിടെയാണ് ഞാൻ അത് കണ്ടെത്തേണ്ടത്?.... അങ്ങനെ ചിന്തിച്ചിരിക്കെ ഗുരുസന്നിധിയിൽ, ശാന്തതയുടെ മടിയിലേക്ക് പതിയെ ഞാൻ ചാഞ്ഞു. ഉറക്കം സ്വപ്നങ്ങൾ കാണാൻ എന്നെ ക്ഷണിച്ചു.

പന്ത്രണ്ട്

ഞാൻ ഒരു അപ്പൂപ്പൻതാടി പോലെ പറന്നു. ഉയരത്തിൽനിന്നും ഉയരത്തിലേക്ക് ഉയർന്നുകൊണ്ടിരിക്കേ 'ഭൂമി ഹാ മനോഹരം' എന്നു ഞാൻ വിളിച്ചുപറഞ്ഞു. പച്ചക്കുന്നുകളും പുഴകളും അരുവികളും സംഗമിച്ചൊന്നായി ഒരൊറ്റ മനോഹര ദൃശ്യമായി. കാറ്റ് മൃദുവായി വീശി. ഞാൻ എന്നെത്തന്നെ മറന്നു. ഞാൻ എന്ന സത്ത ഇല്ലാതായപോലെ. എന്തെന്നില്ലാത്ത ആനന്ദം എന്റെ ഓരോ അണുവിനേയും പൊതിഞ്ഞു.

കുഞ്ഞായിരിക്കേ അമ്മയോടൊപ്പം അരുവിയിലെ കുളിയും തൊണ്ടിക്കായ എത്തിപ്പിടിച്ച് വെള്ളത്തിലിട്ട് തട്ടിക്കളിച്ച് തട്ടിപ്പറിച്ചും മുങ്ങാംകുഴിയിട്ടും കളിച്ചപ്പോൾ ലഭിച്ച സുന്ദരമായ അനുഭവത്തിലേക്കെന്നപോലെ ആകുലതകളും പേടിക്കൂട്ടങ്ങളും ഇല്ലാതെ മനസ്സ് തുടിച്ചുല്ലസിച്ചു.

കണ്ണടച്ചും തുറന്നും ഏറെനേരം ഇടയ്ക്ക് പൂട്ടിപ്പിടിച്ചും കാറ്റിന്റെ മൃദുവായ തലോടലും ആയാസമില്ലാതെ പാറുന്നതിന്റെ സുഖവും ആസ്വദിച്ച് വിവരണാതീതമായ അനുഭവത്തിൽ ഞാൻ മുങ്ങിയും പൊങ്ങിയുമിരിക്കെ മേഘക്കൂട്ടങ്ങൾ എന്നെ ഉഴിഞ്ഞ് പായുന്നത് ഞാൻ അറിഞ്ഞതേയില്ല. ആ മനോഹര അനുഭവം ഞാൻ അപ്പോൾ ആയിരിക്കുന്ന ആനന്ദത്തേക്കാൾ ഒട്ടും കൂടുതൽ എനിക്ക് സമ്മാനിക്കാൻ പര്യാപ്തമാണെന്ന് കരുതുന്നേയില്ലെന്ന് ആശ്വസിച്ചു. കണ്ണുതുറന്നപ്പോൾ ഞാൻ ഒരു മേഘപ്പുറത്തായിരുന്നു. അതിന്റെ മൃദുലത എനിക്ക് നന്നേ ബോധിച്ചു. അതിൽ കിടന്നും ഇരുന്നും ഉരുണ്ടും ചാടിക്കളിച്ചും താഴേക്കുനോക്കി ഉറക്കെ കൂകിവിളിച്ചും ചെമ്മൺ പാതയിലെ മഴവെള്ളക്കുഴിയിൽ നനഞ്ഞൊലിച്ച് ചാടിമറിഞ്ഞുല്ലസിക്കുന്ന കുഞ്ഞു പൈതലിനെപ്പോലെ ഞാൻ മതിമറന്നു.

സ്വർഗ്ഗം വിരിച്ചിട്ട ചിത്രങ്ങളിലേതെന്നപോലെ നിറഞ്ഞു കാണപ്പെട്ട

മേഘക്കുഞ്ഞുങ്ങളെ ഞാൻ എത്തിപ്പിടിച്ചു. ഇടയ്ക്ക് വെള്ളത്തുള്ളികളുടെ മടിയിലേക്ക് എടുത്തുചാടി. അവയ്ക്കിടയിലൂടെ ഞാൻ ഭൂമിയെ താക്കോൽ ദ്വാരത്തിലൂടെയെന്നവണ്ണം നോക്കി. സ്വയം മറന്ന് പറക്കാൻ കഴിവു സിദ്ധിക്കാത്ത ആർക്കും ഇത്രയും മനോഹര ദൃശ്യം ആസ്വദിക്കാൻ കഴിയില്ലല്ലോ എന്നോർത്തപ്പോൾ ഭൂമിയിലെ സർവ്വരും നിർഭാഗ്യവാന്മാരാണെന്ന് എനിക്ക് തോന്നി. കാരണം അവിടെ ഞാൻ ഏകനായിരുന്നു. തന്നെത്തന്നെ ഇല്ലാതാക്കുന്നവനേ ഭൂമിയിൽ ആയിരിക്കെ തന്നെ അവിടെ അല്ലാതിരിക്കാൻ കഴിയുകയുള്ളൂ. ഭൂമി അവനെ താങ്ങുന്നില്ലെങ്കിൽ അവൻ നക്ഷത്രങ്ങൾ തിളങ്ങുന്ന ആത്മാക്കളുടെ ആകാശത്തിലോ ഇരുട്ട് അടിച്ചുറപ്പിച്ച പാതാളത്തിലോ ആയിരിക്കും.

വീണ്ടും ഞാൻ കണ്ണുതുറക്കുമ്പോൾ എനിക്ക് ചുറ്റും പ്രകാശമായിരുന്നു. എണ്ണാൻ കഴിയാത്തത്ര കുഞ്ഞുനക്ഷത്രങ്ങൾ അവിടെ പാറിനടന്നിരുന്നു. സ്വാതന്ത്ര്യത്തിന്റെയും ആനന്ദത്തിന്റെയും ആ സ്വർഗ്ഗക്കാഴ്ചയിൽ നിന്ന് എപ്പോഴോ ഞാൻ പറന്നിറങ്ങി.

മരംകോച്ചുന്ന തണുപ്പ് എന്നിൽ അരിച്ചിറങ്ങുന്നത് ഞാൻ അറിഞ്ഞു. എങ്കിലും അനിർവ്വചനീയമായ ആനന്ദത്തിന്റെ അണയാത്ത തീ എന്നിൽ ആളിക്കത്തിക്കൊണ്ടിരുന്നു.

ഗുരുവിന്റെ സ്പർശം ലഭിച്ച അവിടുത്തെ തിരുസന്നിധിയിലായിരുന്നു ഞാൻ. കെടാവിളക്ക് അവിടെ എരിഞ്ഞുകൊണ്ടിരുന്നു. എന്നെ പറ്റിപ്പിടിച്ച് കിടന്നിരുന്ന സഞ്ചി തുറന്ന് ദിനചര്യപ്പുസ്തകം ഞാൻ പുറത്തെടുത്തു. അത്യധികം ആനന്ദത്തോടെയും ആവേശത്തോടെയും ഡിസംബർ 25 ലെ താളിൽ ഞാൻ എഴുതിത്തുടങ്ങി.

"ഇന്ന് എനിക്ക് ഏറ്റവും പ്രിയമുള്ള ദിനമാണ് സത്യസ്വാതന്ത്ര്യത്തിന്റെ ദിനം. ഇന്നാണ് എന്റെ സർവ്വ പ്രശ്നങ്ങൾക്കും പരിഹാരവും ചോദ്യങ്ങൾക്ക് ഉത്തരവും കണ്ടെത്തിയത്. ഇനിയെനിക്ക് പൂർണ്ണ സ്വതന്ത്രനായി ആരുടെയും മുന്നിൽ ശിരസ്സ് നമിക്കാതെയും ആരുടെയും ചോദ്യങ്ങൾക്കു മുന്നിൽ പതറാതെയും ശിരസ്സുയർത്തി സംസാരിക്കാം. ആരും ഇനി എന്നോട് യുദ്ധം പ്രഖ്യാപിക്കുകയോ എന്നെ പരാജയപ്പെടുത്തുകയോ ചെയ്യില്ല. എന്തുകൊണ്ടെന്നാൽ ഞാൻ അവയ്ക്കെല്ലാം അതീതനാണ്. യുദ്ധങ്ങളും വിജയങ്ങളും പരാജയങ്ങളുമെല്ലാം ലോകത്തിന്റേതാണ്. ലോകത്തിൽ വസിക്കുന്നവന് മാത്രം അവയെ ഭയപ്പെട്ടാൽ മതിയാകും. അവ എന്നെ അലട്ടുന്ന പ്രശ്നമല്ല. കാരണം ഞാൻ ലോകത്തിലാണ് വസിക്കുകയും സഹവസിക്കുകയും ചെയ്യുന്നതെങ്കിലും എന്റെ ചിന്തയും പ്രവൃത്തികളും ലോകത്തിനു ചേർന്നവയോ അവയുമായി തുലനം ചെയ്യാൻ കഴിയുന്നവയോ അല്ല. അടിച്ചാൽ തിരിച്ചടിക്കുകയും ചതിക്ക് ചതി ഉത്തരമേകുകയും ചെയ്യുന്നത് ലോകത്തിന്റെ മാത്രം നീതിയാണെന്ന തിരിച്ചറിവ് മനുഷ്യരടക്കം എല്ലാ ജീവജാലങ്ങൾക്കും ഉണ്ടായിരുന്നെങ്കിൽ എന്നു ഞാൻ കൊതിക്കുന്നു.

മറ്റുള്ളവർ നിന്നോടു ചെയ്തു തരണം എന്നോ മറ്റുള്ളവർ നിന്നോട്

എങ്ങനെ ആയിരിക്കണമെന്ന് നീ കരുതുന്നുവോ അപ്രകാരം നീ അവർക്ക് ആയിരിക്കുക വഴി ലോകത്തിലെ എല്ലാ പ്രശ്നങ്ങൾക്കും പരിഹാരം കണ്ടെത്താൻ കഴിയുമെന്ന് ഞാൻ കണ്ടെത്തിയ എന്റെ ഗുരു എന്റെ കണ്ണ് തുറന്നിരിക്കുന്നു. ഈ ചിന്തയിൽ നിന്നുരിത്തിരിയുന്ന പ്രവൃത്തികളിലേതിനെങ്കിലും ആരോടെങ്കിലും യുദ്ധം പ്രഖ്യാപിക്കാൻ കഴിയുമോ? ആരുടെയെങ്കിലും കണ്ണുനീർ കണ്ട് സന്തോഷിപ്പിക്കുവാൻ കഴിയുമോ?

കോടി ജനതകൾ വയറൊട്ടി ഭക്ഷണത്തിനായി യാചിക്കുകയും ഉണങ്ങിവരണ്ട് ഇല്ലാതാവുകയും ചെയ്യുമ്പോൾ യുദ്ധക്കൊതിയന്മാരും അധികാര മോഹികളും ആയിരിക്കുവാൻ കഴിയുമോ? നിന്റെ സന്തോഷം നശിക്കാതിരിക്കുവാനും കണ്ണുകൾ നിറയാതിരിക്കുവാനും ആഗ്രഹിക്കുന്ന നിനക്ക് എങ്ങനെയാണ് മറ്റുള്ളവരുടെ കണ്ണുകൾ നിറഞ്ഞ് കാണണമെന്നും അതിൽനിന്നൊഴുകുന്ന കണ്ണീരും രക്തവും വിറ്റ് പട്ടുമെത്തകൾ വാങ്ങാനും കഴിയുന്നത്. അപമാനിതനാകാനും കളിയാക്കപ്പെടാനും ആഗ്രഹിക്കാത്ത നിനക്ക് എങ്ങനെയാണ് സഹജീവികളെ അപമാനിച്ചുരുക്കി ഇല്ലാതാക്കാൻ കഴിയുക? അങ്ങനെ ഉണ്ടാകുന്ന ശൂന്യതയിൽ കയറിയിരുന്നു ഞെളിയുവാൻ നിനക്കെങ്ങനെ കഴിയും?

നിന്റെ സ്രഷ്ടാവിന് നിന്നെക്കുറിച്ച് ഏറെക്കാര്യങ്ങൾ ചെയ്യാനുണ്ടെന്നിരിക്കേ ആകുലതകളുടെ നടുക്ക് വെറുതേ കഴിയുന്നതുകൊണ്ട് നിനക്ക് എന്താണ് ലഭിക്കുക? നിന്റെ ശിരസ്സിൽ കിളിർപ്പുകൾ ഉണ്ടാകുമോ കൊഴിയുമോ എന്നൊക്കെ ചിന്തിച്ച് വിഷണ്ണനാകുന്നത് എന്തിന്?

നിനക്കുള്ള ചോദ്യങ്ങളും ഉത്തരവും നിന്റെ സ്രഷ്ടാവായിരിക്കെ മറഞ്ഞുപോയതും ഇപ്പോഴുള്ളതും വരാനിരിക്കുന്നവയുമായി എല്ലാറ്റിനേയും ചുറ്റിപ്പിണഞ്ഞു കിടക്കുന്ന ചോദ്യാവലികളിൽതന്നെ നിനക്കുള്ള ഉത്തരങ്ങളെ നീ ദർശിക്കാത്തതെന്ത്?

പരമമായത് നീ കണ്ടെത്തിയെന്ന് നീ പഠിപ്പിക്കുകയും അത് ഉൾക്കൊള്ളാൻ തയ്യാറാകാത്തവനെ പീഡനമുറകൾക്ക് ഇരയാക്കുകയും വധിക്കുകയും ചെയ്യുന്നത് നിന്റെ സത്യത്തിന് നിരക്കുന്നതെന്നു നീ കരുതുന്നുവോ? കടങ്കഥയായും നാട്ടുപാട്ടായും ചൊല്ലായും പൈതൃകമായും നിന്നെ തല്ലിയും സമ്മാനങ്ങളേകിയും പഠിപ്പിച്ചതെല്ലാം സത്യമായിരിക്കാൻ സാദ്ധ്യതയില്ലായിരിക്കാം എന്ന് എന്നാണ് നീ സംശയിക്കുന്നത്?

പേനയ്ക്കു വിശ്രമം നല്കാതെ താളുകൾ മറിച്ച് ഞാൻ എഴുതിക്കൊണ്ടിരുന്നു. അവ എഴുതപ്പെടുന്നതിനുമുമ്പ് ഗുരു എന്റെ ഹൃദയഭിത്തിയിൽ കോറിയിട്ടിരിക്കുന്നവയാണല്ലോ എന്നത് ഞാൻ തിരിച്ചറിയുന്നുണ്ടായിരുന്നു. പുസ്തകമടച്ച് ഭദ്രമായി എന്റെ സഞ്ചിയിൽ നിക്ഷേപിച്ച് ഞാൻ എഴുന്നേറ്റു. പിന്നെ ഒട്ടും ആയാസമില്ലാതെ വളരെ വേഗത്തിൽ ഞാൻ എന്റെ യാത്ര തുടർന്നു.

പതിമൂന്ന്

ഡീൽ ഒരു ചെറിയ പട്ടണമാണ്. അവിടേക്കാണത്രേ ഞങ്ങൾക്ക് പോകേണ്ടിയിരുന്നത്. അവിടെയാണ് വില്യമിന് വിശാലമായ ഉരുളക്കിഴങ്ങ് പാടമുള്ളത്. ലണ്ടൻ നഗരത്തോട് ചേർന്നുള്ള ഗ്രാമങ്ങളിൽ അയാൾക്ക് ഉണ്ടായിരുന്ന 14 വലിയ കൃഷിയിടങ്ങളിൽ ഏറ്റവും വിസ്തൃതിയുള്ളതാണ് അത്. അതുകൊണ്ടുതന്നെ അവിടെ ഒരു ഫാം ഹൗസും അയാൾക്കുണ്ടെന്നും വില്യം എന്നെ നേരത്തെ തന്നെ ധരിപ്പിച്ചിരുന്നു.

“ഹെയ് ഡ്രീമർ ഗെറ്റപ്പ്. നമ്മളിപ്പോൾ കാന്റർബറിയിലാണ്. താങ്കൾക്ക് ഞങ്ങളുടെ നാടും നഗരവും കാണേണ്ടേ? ഇനിയും ഒരൊന്നര മണിക്കൂർകൊണ്ട് നമ്മൾ എത്തും.”

ഡീലിലാണ് എനിക്കായി കേൾവിക്കാരെ വില്യം ക്ഷണിച്ചിരുന്നത് എന്നു മാത്രം എനിക്കറിയാം. മറ്റൊരു കാര്യവും ചിന്തിക്കാനിടനല്കാതെ വില്യം എല്ലാകാര്യങ്ങളും മുൻകൂട്ടി കണ്ട് ചെയ്തു തന്നിരുന്നതുകൊണ്ട് ഒന്നും എന്നെ അലട്ടാനുണ്ടായില്ല.

മനസ്സിലിട്ട് മനനം ചെയ്ത് സ്ഫുടം ചെയ്തെടുത്ത കാര്യങ്ങൾ മാത്രമായിരുന്നു പറയാനുണ്ടായിരുന്നത്. അതിനാൽ എനിക്ക് ഒരു കുറിപ്പു പോലും നോക്കേണ്ടിയും കൈയിൽ കരുതേണ്ടതായും ഉണ്ടായിരുന്നില്ല. അതുകൊണ്ട് കാറിലിരുന്ന് വഴിവക്കിലെ കാഴ്ചകൾ ഞാൻ നന്നായി ആസ്വദിച്ചു.

റോഡിനിരുവശവും നോക്കൊത്താ ദൂരത്ത് പച്ചപ്പാടങ്ങൾ. ഉരുളക്കിഴങ്ങ്, കാരറ്റ് എന്നിവയാണ് പ്രധാനമായും അവിടെ വിളയുന്നതെന്നും മറ്റും വില്യം എനിക്കു വിവരിച്ചു തന്നു കൊണ്ടിരുന്നു. അവയുടെ സൗന്ദര്യം ആവാഹിക്കുന്ന തിരക്കിലായി ഞാൻ. പാടങ്ങൾക്ക് നടുവിലൂടെ ഇടയ്ക്കിടെ കാണപ്പെട്ട വളഞ്ഞുപുളഞ്ഞ് സമാന്തരമായി പോകുന്ന

ഇരട്ടപെറ്റ വഴികൾ എന്നെ ഏറെ ആകർഷിച്ചു. അവയിലേക്ക് എന്റെ ആവർത്തിച്ചുള്ള പ്രത്യേക ശ്രദ്ധ കണ്ടിട്ടാവണം വില്യംസ് എനിക്ക് കാര്യം വിശദമാക്കി. വളവും വിത്തും മറ്റുമായി പോകുന്ന വാഹനങ്ങളുടെ ടയർ പാടാണത്രേ അവ.

മിക്കവാറും അരക്കിലോമീറ്ററെങ്കിലും കൂടുമ്പോൾ ബസ് സ്റ്റോപ്പുകൾ കണ്ടു. വെള്ളയും ഓറഞ്ചും നിറമുള്ള ഒറ്റ – ഇരുനില വാഹനങ്ങൾ അങ്ങും ഇങ്ങും ഓടിക്കൊണ്ടിരുന്നു. അവയേക്കാൾ കൂടുതൽ വിവിധ നിറത്തിലും ആകാരവടിവിലും കാറുകൾ നിരന്നൊഴുകി. രണ്ടു വരിപ്പാതയിൽ ഇടയ്ക്കിടെ ട്രാഫിക് സിഗ്നലുകളും വശങ്ങളിൽ വീടുകളുടെ കൂട്ടങ്ങളും.

അധികം താമസിയാതെ ഞങ്ങൾ ഡീലിലെത്തി.

“വെൽക്കം ടു ദി മോസ്റ്റ് ബ്യൂട്ടിഫുൾ ബീച്ചസ് ഓഫ് ദ് വേൾഡ്.”

കുറച്ചു നടന്നു കഴിഞ്ഞപ്പോൾ ഒരു കടൽ കാണാനായി. അപ്പോഴായിരുന്നു വില്യമിന്റെ ഈ പ്രത്യേക ക്ഷണിക്കൽ.

കാക്കയ്ക്കു തൻകുഞ്ഞ് പൊൻകുഞ്ഞുതന്നെയാണ് എന്ന് ആത്മഗതം നടത്തി ഞാൻ ബീച്ചിലേക്ക് നടന്നു. വില്യമിന്റെ വാക്കുകളിൽ അതിശയോക്തി ഉണ്ടെന്ന് തീരം കണ്ടപ്പോൾ തോന്നിയില്ല. വൃത്തിയായി തിളങ്ങുന്ന ചരൽനിറഞ്ഞ തീരം. എങ്ങും ഇങ്ങനെ ഒരു ബീച്ച് കണ്ടിട്ടേയില്ല.

അവിടെ കുറച്ചു നടന്നു. വലിയ ചന്തയിലേതുപോലെ വെള്ളക്കാരും അപൂർവ്വം ഇന്ത്യക്കാരും കറുത്ത വർഗ്ഗക്കാരും ഇടകലർന്ന ബീച്ചിൽ അങ്ങുമിങ്ങും നടന്നു. നടപ്പ് അവസാനിച്ചത് ഒരു കടൽപ്പാലത്തിലാണ്. വില്യം എനിക്ക് എല്ലാം വിശദമായി വിവരിച്ചു തന്നുകൊണ്ടിരുന്നു. പാലത്തിന്റെ ഏറ്റവും അറ്റത്തായി കടലിൽ ഒരു ഹോട്ടലും ഉണ്ടെന്ന് എനിക്ക കൈചൂണ്ടി കാണിച്ചു.

പിന്നെയും നടപ്പ്. നിമിഷങ്ങൾ പിന്നിട്ടപ്പോൾ ഇഷ്ടികകൾ കൊണ്ട് തീർത്ത മനോഹരമായ ഒരു കൊട്ടാരം കണ്ടു. ചുറ്റും വൻകിടങ്ങും ഒരു പാലവും ഉണ്ട്. ഇഷ്ടിക സൗധത്തിനു മുകളിലും ജനാലകളിലും പുറത്തേക്കുതള്ളി നിറയെ പീരങ്കിക്കുഴലുകൾ കൊട്ടാരത്തിന് പ്രത്യേക ഭംഗി നല്കുന്നതുപോലെ തോന്നി. അതിനടുത്തായിരുന്നു ഞാൻ പ്രസംഗിക്കേണ്ട ഹാൾ. ആയിരത്തിലധികംപേർ വരും അവിടെ എനിക്കായി കാത്തിരുന്നത്. വിവിധ പ്രായത്തിലും നിറത്തിലുമുള്ളവർ. സ്ത്രീകളും കുറവല്ല. അവർക്കിടയിലൂടെ ഞാൻ നീങ്ങി.

വേദിയിൽ എന്നെ വില്യം പരിചയപ്പെടുത്തി.

“പ്രിയമുള്ളവരേ നമ്മുടെ ക്ഷണം സ്വീകരിച്ച് ഇന്ന് ഇവിടെ എത്തിച്ചേർന്നിരിക്കുന്നത് ഇന്ത്യയിൽ നിന്നുള്ള തത്ത്വചിന്തകൻ ഡ്രീമർ എന്ന പേരിൽ അറിയപ്പെടുന്ന കോശി ജോസഫ് ആണ്. അദ്ദേഹത്തെക്കുറിച്ച് നിങ്ങളിൽ കുറച്ചുപേരെങ്കിലും വായിച്ചിട്ടുണ്ടാകുമെന്ന് ഞാൻ വിശ്വസിക്കുന്നു. ജീവിതത്തെയും അതിന്റെ അർത്ഥതലങ്ങളെക്കുറിച്ചും ആഴമുള്ള

വീക്ഷണത്തിന് ഉടമയായ അദ്ദേഹത്തിന്റെ നിരീക്ഷണങ്ങൾക്ക് നമുക്ക് കാതോർക്കാം. നിങ്ങൾ എല്ലാവർക്കുംവേണ്ടി ഞാൻ അദ്ദേഹത്തെ ആദരവോടെ ക്ഷണിക്കുന്നു."

ഞാൻ പറഞ്ഞുതുടങ്ങി.

"ജീവിതം ഒരു ഉത്തരം കിട്ടാത്ത സമസ്യയാണെന്ന് കരുതുന്നവരാണ് നാമെല്ലാം. ക്ഷണിക്കപ്പെടാതെ എത്തി ഇവിടെ വാസം തുടങ്ങിയ നമ്മൾ ചോദ്യങ്ങൾക്ക് ഉത്തരം തേടി അലയുകയാണ്. ഇതിനായി സംസ്കാരങ്ങളേയും ദൈവങ്ങളേയും സുഖചഷുകങ്ങളേയും മാറിമാറി പരീക്ഷിച്ച് എവിടേയും എത്തിച്ചേരാതെ എവിടേക്കോ പോയി മറയുകയാണ്. ആൾ ദൈവങ്ങളും ഇസങ്ങളും ശാന്തിയേകുമെന്ന് കരുതി അവയ്ക്കു പിമ്പേ പായുമ്പോഴും അവർക്കായി ഭീഷണിപ്പെടുത്തിയും കൊന്നും നശിപ്പിച്ചും ആളെ ചേർക്കുമ്പോഴും നാമറിയുന്നില്ല ഒരിക്കൽ അവയുടെ പൊള്ളത്തരങ്ങൾ തിരിച്ചറിയുമെന്ന്. വൈകിയ തിരിച്ചറിവ് നമ്മെ നിരാശരാക്കിയേക്കാം.

ജന്മമുണ്ടായി പൂവും കായുമായി കാലചക്രം കറങ്ങവെ കൊഴിഞ്ഞ് ഇല്ലാതാകുമ്പോൾ വിധിക്കപ്പെട്ട സ്വർഗ്ഗത്തിലോ നരകത്തിലോ അത് എത്തിച്ചേരുമെന്നുറപ്പ്. ഈ ഒറ്റക്കാരണത്താൽ ഞാൻ പറയുന്നു. എന്റെ ശരിയും തെറ്റും എന്റെ ഉള്ളിലാണെന്ന്. അതിനു ചെവികൊടുത്ത് ജീവിക്കുക. പ്രകൃതി നമുക്കൊരുക്കിയിട്ടുള്ള ചെളിയിലോ തെളിനീരിലോ ചെന്നുചേരട്ടെ. അത് നാം വെട്ടിപ്പിടിക്കേണ്ടതോ അന്വേഷിച്ച് കണ്ടെത്തേണ്ടതോ അല്ല. നമ്മുടെ വഴിയിൽ നമുക്കുള്ളിൽതന്നെ കാത്തിരിക്കുന്നതാണ്. പിന്നെന്തിനാണ് നമുക്ക് ആയിരം വഴികാട്ടികൾ. അവർക്ക് നാം എന്തിന് കപ്പം കൊടുക്കണം? അവർ നല്കുന്ന അപ്പക്കഷണങ്ങൾ അമൃതായി കരുതുന്നത് നമ്മെ നാമല്ലാതാക്കി തീർത്തേക്കാം. അതിനാൽ നമ്മുടെ വഴി നാം തന്നെ കണ്ടെത്താം. നീണ്ട ഒരു പ്രസംഗത്തിന് ഞാൻ മുതിരുന്നില്ല എല്ലാം ഇപ്പറഞ്ഞതിലുണ്ട്. നമസ്കാരം."

ഞാൻ നിർത്തി എന്റെ കസേരയിലേക്ക് മടങ്ങി. ആർക്കും അത്ര രസിച്ചതായി തോന്നിയില്ല. കാരണം ഓരോരോ ഇസങ്ങളുടെ മറപിടിച്ച് മറുതലിച്ച് നടക്കുന്നവരായിരുന്നു അവരെല്ലാംതന്നെ എന്ന് അവരുടെ ബട്ടണില്ലാത്ത സംസ്കാരവും പ്രകൃതിയും ആരേയും വകവയ്ക്കാത്ത ഇരുത്തവും നടത്തും ഭാവപ്പകർച്ചയുമൊക്കെ കണ്ടപ്പോൾ എനിക്ക് ബോദ്ധ്യമായിരുന്നു.

നിശ്ശബ്ദത. എങ്ങനെയാകും അവരുടെ പ്രതികരണമെന്നത് എന്നെ അലട്ടി.

"ഇറ്റ് സീമ്സ് ദെ ആർ..." എന്ന് വില്യം തന്റെ ചെവിയിൽ മന്ത്രിച്ചു തുടങ്ങിയപ്പോഴേക്കും ഒരു വലിയ ചുവന്ന റോസാപ്പൂ വേദിയിൽ വന്നു വീണു. പിന്നാലെ രണ്ടുമൂന്നെണ്ണം കൂടി. ഒന്ന് എന്റെ മടിയിലായിരുന്നു. പിന്നെ നീണ്ട കരഘോഷം. അത് ക്രമേണ ശക്തിപ്രാപിച്ചു. ജനം ഇളകിയിറങ്ങി. വേദിയെ ലക്ഷ്യമാക്കി ഉയർത്തിപ്പിടിച്ച കരഘോഷത്തോടെ

മന്ദം മന്ദം അവർ നടന്നടുത്തു. ചെറിയ വാക്കുകൾക്കും ചിന്തകൾക്കും ഇത്രയേറെ ശക്തിയോ എന്ന് ഞാൻ അതിശയിച്ചുനില്ക്കേ എന്നെ അവർ എടുത്തുയർത്തി തോളിലേറ്റി.

കാണുന്നത് സ്വപ്നമാണെന്ന് എനിക്കു തോന്നി. കണ്ണുകൾ വീണ്ടും വീണ്ടും തുറന്നടച്ചു. സംഗതി സത്യമാണെന്ന് ഉറപ്പാക്കണമല്ലോ.

"ഡ്രീമർ കണ്ണുകൾക്കെന്തുപറ്റി. കരടെന്തെങ്കിലും വീണുവോ?"

എന്റെ കണ്ണടച്ചുകളി കണ്ട വില്യം ഉറക്കെ വിളിച്ചു ചോദിച്ചു. ഒന്നുമില്ലെന്ന് ഞാൻ കൈ ഉയർത്തിക്കാട്ടി.

അപ്പോൾ ഞാൻ ഹാളിനു പുറത്തേക്ക് സംവഹിക്കപ്പെട്ടു കൊണ്ടിരിക്കുകയായിരുന്നു.

പതിനാല്

"ഏതൊരു യാത്രയ്ക്കും സുനിശ്ചിതമായ ഒന്നുണ്ട്. അവസാനം. അത് ഒഴിവാക്കാനാകില്ല. ജീവിതവും അങ്ങനെതന്നെ. തളരുകയോ പതറുകയോ അരുത്."

അന്നേവരെ കേട്ടിട്ടില്ലാത്ത ഒരു സാന്ത്വന സന്ദേശം. ജലാശയത്തിൽ മീൻ കൊത്തിയുണ്ടാകുന്ന ചെറു ഓളങ്ങൾ ശക്തികുറഞ്ഞ് തീരത്തെത്തുംപോലെ പതിയെപതിയെ ഞാൻ കണ്ണു തുറക്കാൻ തുടങ്ങി. അവ്യക്തമായ ചില രൂപങ്ങൾ എന്റെ മുന്നിൽ തെളിഞ്ഞു.

"ഒരു വലിയ ലക്ഷ്യത്തിലേക്കെത്താനാണ് തന്റെ യാത്ര എന്ന് തിരിച്ചറിഞ്ഞ് മുന്നേറിയവർക്ക് ഈ വേളയിൽ ഒട്ടും നഷ്ടബോധം തോന്നില്ല."

ശിരസ്സിന് കീഴ്പോട്ട് വെൺമയേറിയ ഒരു രൂപമാണ് ആദ്യം എന്റെ കണ്ണുകൾ തിരിച്ചറിഞ്ഞത്. ചലിച്ചുകൊണ്ടിരുന്ന ചുണ്ടിനുടമ ഒരു വൈദികനായിരിക്കണം. ചില നിമിഷങ്ങൾക്കുള്ളിൽ അത് ശരിയാണെന്ന് ഞാൻ ഉറപ്പിച്ചു.

"ഡോക്ടർ കൺപോളകൾ അനങ്ങുന്നു."

അതൊരലർച്ചയായിരുന്നു.

ഞാൻ ഞെട്ടിവിറച്ചു. കണ്ണുകൾ പുറകിലേക്ക് മറിച്ച് എന്നെ ഭയപ്പെടുത്തിയ ശബ്ദത്തിന്റെ ഉറവിടത്തെ തെരഞ്ഞു.

"ഡോക്ടർ അയാൾ മരിക്കുകയാണ്."

ഒരു പിറുപിറുക്കൽ.

ഞാൻ എന്നെ തേടി. ഞാനെവിടെയാണ്. എന്തെടുക്കുകയാണ്?

ആലോചനകൾക്കു പിറകെ തുറന്നുപിടിച്ച കണ്ണുകളുമായി പായുന്നതിനൊപ്പം എന്നെതന്നെ സസൂക്ഷ്മം നിരീക്ഷിച്ച് നില്ക്കുകയായിരുന്നവരെ തിരിച്ചറിഞ്ഞു തുടങ്ങി. അമ്മ, അച്ഛൻ, രേവതി, രവി, ചേച്ചി ....

ഇനിയുമുണ്ട് രണ്ടുപേർ. നഴ്സുമാരാണ്. രണ്ടു സ്റ്റെതസ്കോപ്പുകാരുമുണ്ട്. തിരിച്ചറിയാൻ കഴിയാതിരുന്ന മറ്റുചില രൂപങ്ങളെ ഞാൻ അവരുടെ പാട്ടിനു വിട്ടു. പിന്നെ കൈത്തലം പതിയെ ഉയർത്തി. എന്റെ കണ്ണുകൾക്ക് ഏറ്റവും അടുത്ത് നിറകണ്ണുകളുമായി നിന്നിരുന്ന അമ്മയുടെ കൈ കവർന്നു.

"എല്ലാവരും പിന്നോട്ട് നില്ക്കണം. വേഗം വേണം."

ഡോക്ടറുടെ ശബ്ദം ഉയർന്നു.

എന്റെ കണ്ണുകളിൽ കോർത്തുതുടങ്ങിയ പ്രിയപ്പെട്ടവരെല്ലാം വളരെ വേഗം പുറകോട്ട് നീങ്ങവെ ഡോക്ടർമാരും സംഘവും അടുത്തേക്ക് പാഞ്ഞുകയറി. ഒപ്പം ഒരാൾ എന്റെ നേരെ കുനിഞ്ഞ് ശ്വസനോപകരണം നീക്കി. മറ്റൊരാൾ സ്റ്റെതസ്കോപ്പുമായി നെഞ്ചിൽ പരതി. പിന്നെ കൈ പിടിച്ച് വാച്ചിൽ നോക്കി. നിമിഷങ്ങൾക്കൊണ്ട് ഇത്രമാത്രം കാര്യങ്ങൾ സംഭവിക്കാൻ കഴിയുമോ എന്ന് ഞാൻ അതിശയിച്ചു.

"അത്ഭുതം തന്നെ. ഒരുറക്കം കഴിഞ്ഞ ക്ഷീണം മാത്രം. വൈകുന്നേരം വീട്ടിലേക്ക് പോകാം."

ഡോക്ടറുടെ പ്രഖ്യാപനം.

കുറച്ചുനേരം എന്നെ ചുറ്റിപ്പറ്റിനിന്ന് നിരീക്ഷിച്ചശേഷം ഡോക്ടർമാരും സംഘവും മുറിവിട്ടിറങ്ങി.

കണ്ണിനും മനസ്സിനും ഉത്സവമായി അച്ഛനും അമ്മയും രേവതിയും രവിയുമൊക്കെ വീണ്ടും അടുത്തേക്ക്. ഇടത്തേകരം രവിയുടെ കൈക്കുള്ളിലായി. വലതിൽ രേവതി മൃദുവായി തലോടി. സജലമായ കണ്ണുകളുമായി അമ്മ വളരെ പ്രസന്നവതിയായി കാണപ്പെട്ടു. അച്ഛൻ നന്നേ ക്ഷീണിച്ചിട്ടുണ്ട്. മുഖത്താകെ നരച്ച കുറ്റിരോമങ്ങൾ.

"വെള്ളം വേണം."

എഴുന്നേല്ക്കാൻ ശ്രമിച്ചുകൊണ്ട് ആരോടെന്നില്ലാതെ ഞാൻ പറഞ്ഞു. എന്റെ മുടിയിലൂടെ വിരലോടിച്ചിരുന്ന അമ്മ ആ പ്രവൃത്തി നിർത്തി തൊട്ടടുത്തിരുന്ന ഫ്ളാസ്കെടുത്ത് ഗ്ലാസിലേക്ക് പകർന്നു.

ഒരു ദീർഘയാത്ര കഴിഞ്ഞെത്തിയ ക്ഷീണമായിരുന്നു എനിക്ക്. എങ്കിലും ഏറെനേരം ചുമന്നിരുന്ന വലിയ ഭാരം ഇറക്കിവച്ച ആശ്വാസവും സുഖവും ഞാൻ അനുഭവിച്ചു. എന്നെ താങ്ങിയിരുത്തി രവി ചേർന്നിരുന്നു.

"എനിക്ക് ഒന്നുമില്ല. രേവതിയെ കണ്ട് യാത്ര പറഞ്ഞിറങ്ങിയതായിരുന്നു. ഇടവഴിയിൽ ആരൊക്കെയോ തടസ്സമായി വന്നു. മുഖവും തലയുമൊക്കെ മറച്ച് കൈയിൽ വടിയും വാളുകളും മറ്റെന്തൊക്കെയോ ഉണ്ടായിരുന്നു. എന്റെ ഹൃദയമിടിപ്പിന്റെ താളം വല്ലാതെ തെറ്റി. എങ്കിലും അവർക്കിടയിലൂടെ അതിവേഗം ഞാൻ മുന്നോട്ടോടി."

"എല്ലാം എനിക്ക് ഊഹിച്ചെടുക്കാൻ കഴിഞ്ഞിട്ടുണ്ട്. നീ അധികം സംസാരിക്കേണ്ട. ക്ഷീണം മാറട്ടെ. ഒന്നിനെക്കുറിച്ചും ഉൽക്കണ്ഠപ്പെടുകയും വേണ്ട."

എന്റെ തോളിൽ പിടിച്ചമർത്തി രവി പറഞ്ഞു.

അപ്പോഴേക്കും ആവിപറക്കുന്ന കഞ്ഞിയും മാങ്ങാ അച്ചാറുമെത്തി. കരണ്ടികൊണ്ട് ഇളക്കിയാറ്റിച്ച് അമ്മ അത് കോരിത്തന്നു. വളരെ വേഗം കിണ്ണം ഒഴിയുന്നതുവരെ എന്റെ ശ്രദ്ധ അതിൽ മാത്രമായി. ആരും ഒന്നും സംസാരിച്ചില്ല. രേവതി കൈ ഉഴിഞ്ഞുകൊണ്ടിരുന്നു. അച്ഛൻ പുറത്തേക്കിറങ്ങി. രവി എന്നെത്തന്നെ കണ്ണിമവെട്ടാതെ നോക്കിയിരുന്നു. ചേച്ചി എല്ലാം അടുക്കിപ്പെറുക്കുന്ന തിരക്കിലും.

എപ്പോഴോ ഞാൻ മയങ്ങി. ഉറക്കത്തിന്റെ അടിത്തട്ടിലേക്കെത്തിയിട്ടും കൂടെ കളിക്കാൻ സ്വപ്നങ്ങളൊന്നും എത്തിയതേയില്ല. ഞാൻ അവയെ ക്കാത്ത് ഇരുട്ടിന്റെ അഗാധത്തിൽ പ്രതീക്ഷയോടെ ഇരുന്നു. പക്ഷേ, കാത്തിരിപ്പ് വെറുതെയായി.

മുറിക്കുള്ളിലെ മുട്ടും തട്ടും എന്നെ ഉണർത്തി. വല്ലാത്ത ഉന്മേഷം. അമ്മ കസേരയിൽ എന്റെ കിടക്കയിലേക്ക് ചാഞ്ഞ് തളർന്നുറങ്ങുകയാണ്. ഞാൻ എഴുന്നേറ്റിരുന്നു. കാലുകൾ നിലത്തൂന്നി. ബലക്കുറവുണ്ട്. എങ്കിലും ആയാസപ്പെട്ട് നടന്നു. ചേച്ചി ഓടിയെത്തി എന്നെ സഹായിക്കാനാഞ്ഞു. ഞാൻ വിലക്കി എന്റെ നടപ്പ് തുടർന്നു. അപ്പോഴേക്കും കണക്കുകൾ തീർത്ത് ആശുപത്രി വിടാനുള്ള അനുവാദവുമായി രവിയും രേവതിയും എത്തി. എന്റെ നടത്ത എല്ലാവരേയും അതിശയിപ്പിച്ചു.

വീട്ടിൽ എന്റെ മുറിയിൽ വല്ലാത്ത ഒരടുക്കും ചിട്ടയും. വല്ലപ്പോഴും മാത്രം തുറന്നിടാറുണ്ടായിരുന്ന ജനലിലൂടെ ഇളംകാറ്റ് മൃദുവായി ഉള്ളിലേക്കെത്തി എന്നെ തഴുകി ചുറ്റിക്കൊണ്ടിരുന്നു. കിടക്കയ്ക്ക് പുതുമണം. എന്നിലും മുറിയിലും വീട്ടിലും പുറത്തുമെല്ലാം ആനന്ദദായകമായ എന്തെല്ലാമോ മാറ്റങ്ങൾ സംഭവിച്ചതായി എനിക്ക് തോന്നി.

അന്നത്തെ ഉറക്കം അതിഗംഭീരമായി.

എഴുന്നേറ്റിരുന്നപ്പോഴേ രവിയുടെ ഫോണെത്തി.

“എങ്ങനെയുണ്ട്, നന്നായി ഉറങ്ങിയോ?”

എന്നും രാവിലെ ഞാനാണല്ലോ അവനെ വിളിക്കാറെന്ന് അപ്പോഴാണ് ഓർത്തത്. അതിനു കാരണക്കാരായ സ്വപ്നക്കുഞ്ഞുങ്ങൾപോലും എന്നോടൊപ്പം ഉണർന്നിട്ടില്ലല്ലോ എന്ന് ഞാൻ വേദനയോടെ തിരിച്ചറിഞ്ഞു.

“എല്ലാം മറന്നുറങ്ങി. നല്ല സുഖം. പിന്നെ ഒരു കാര്യം ഇനി ഞാൻ നിന്നെ വിളിച്ച് ശല്യപ്പെടുത്തുമെന്ന് തോന്നുന്നില്ല. സ്വപ്നങ്ങളുടെ ഉറവകളെല്ലാം വറ്റിയപോലെ. ഇന്ന് ഒരെണ്ണംപോലും ഞാൻ ഓർക്കുന്നില്ല.”

“ഞാൻ ഊഹിച്ചു.” അവൻ പറഞ്ഞു.

“എങ്ങനെ?” ഞാൻ ചോദിച്ചു.

“എന്റെ പത്രത്തിലെ ഇന്നത്തെ പ്രധാന വാർത്ത കണ്ടോ നീ?”

“ഇല്ല.”

“എങ്കിൽ കേട്ടോ.”

പിന്നെ അവൻ ഉച്ചത്തിൽ വായിച്ചു.

“ഡ്രീമർ ഉണർന്നു.

തിരുവനന്തപുരം: ഏറെ കാത്തിരിപ്പിനും പ്രാർത്ഥനകൾക്കുമൊടുവിൽ സ്വപ്നങ്ങളുടെ കളിക്കൂട്ടുകാരന് പുനർജ്ജന്മം. സ്വപ്നങ്ങളിലൂടെ ഏറെക്കാര്യങ്ങൾ പ്രവചിച്ച് ലോകശ്രദ്ധ ആകർഷിച്ച ‘ഡ്രീമർ’ എന്ന ജോസഫ് കോശി കോമയിൽ നിന്നുണർന്നു. അജ്ഞാതരുടെ ആക്രമണത്തിൽ പരിക്കേറ്റ് ഒരു മാസത്തോളമായി ചികിത്സയിലായിരുന്ന അദ്ദേഹത്തിന്റെ നില അതീവ ഗുരുതരമായിരുന്നു. കോമയിൽ നിന്നുണരാൻ കഴിഞ്ഞാൽ അദ്ദേഹത്തിന് അതിവേഗം സാധാരണനില കൈവരിക്കാൻ കഴിയുമെന്നും മെഡിക്കൽ സംഘം വിലയിരുത്തിയിരുന്നു. അവരുടെ കണക്കുകൂട്ടൽ തെറ്റിയില്ല... ജോസഫ് ഉണർന്നു....”